வெல்வதற்கே பிறந்தோம்

கவிஞர் வசந்தன்

ராம்பிரசாந்த் பப்ளிகேஷன்ஸ்

வெல்வதற்கே பிறந்தோம்

கவிஞர் வசந்தன்

பதிப்பு 2024
பக்கங்கள் 96
நூலின் அளவு (14 X 21.5) டெமி
விலை ரூ. 80/-

வெளியீடு
ராம்பிரசாந்த்
106/4, ஜானி ஜான்கான் சாலை
இராயப்பேட்டை
சென்னை 14
செல்: 044- 2688 1700

அட்டை வடிவமைப்பு
ஆர்.சி. மதிராஜ்

கட்டமைப்பு
சாருபிரபா பிரிண்டர்ஸ் லிட்.,
சென்னை 14

அச்சாக்கம்
என் பிரிண்டர்ஸ்
சென்னை 14

Velvatherke Piranthom

Kavingar Vasanthan

Edition 2024
Pages 96
Book Size (14X21.5) Demy
Price : Rs. 80 /-

Published by
Ramprasanth
106/4, Jani JahanKhan Road
Royapettah, Chennai 14
Ph 044- 2688 1700

Wrapper Designed by
Mathiraj

Binding by
Saaruprabha Printers Ltd.,
Chennai 14

Printed at
N Printers
Chennai 14

காணிக்கை

உலகிற்கு என்னைக் காட்டிய
அம்மாவிற்கும்,
உலகை எனக்குக் காட்டிய
அப்பாவிற்கும்,
இருவரையும் எனக்குக் காட்டிய
இறைவனுக்கும்,
எழுத்தைக் கற்பித்த
ஆசிரியர் பலருக்கும் – புத்தகப்
படைப்புகளுக்குப் பாதை காட்டிய
பண்பாளர் நக்கீரன் கோபால் அவர்கட்கும்
என் அன்புக் காணிக்கைகள்.

－கவிஞர் தெய்வச்சிலை

பதிப்புரை

"எண்ணம் போல் வாழ்வு" என்பது முதுமொழி. ஒருவருடைய மனதில் தோன்றும் எண்ணமானது, நிறைவேறும்வரை அதற்கான முயற்சியில் தொடர்ந்து ஈடுபட வேண்டும். அவற்றில், உண்மை, நேர்மை- உழைப்பு முக்கியமாக இடம் பெற்றிருக்க வேண்டும். இம்மூன்றும் முன்னேற்றத்துக்கான தாரக மந்திரமாகும்.

இவற்றையெல்லாம் கடைபிடிப்போருக்கு நிச்சயம் வெற்றியுண்டு. இந்த வெற்றிக்கான பயணத்தில் சோதனைகள் பல ஏற்படலாம். அவற்றையெல்லாம் கடந்து செல்வதற்கான பக்குவத்தை பட்டறிவு உங்களுக்கு வழங்கும். அவற்றைக் கெட்டியாகப் பிடித்துக்கொண்டால், உங்கள் எண்ணம் முழுமையாக நிறைவேறும்.

"ஏதோ பிறந்தோம், வளர்ந்தோம் என்கிற நிலையை தவிர்த்து, நம்மால் இச்சமூகத்துக்கு இயன்ற சேவையாற்றிட வேண்டும். அதுவே ஒருவருடைய பிறந்த பயனை அடையச் செய்யும்" என்றார் தேசப்பிதா மகாத்மா காந்தி.

இதுபோன்ற நல்ல விடயங்களை, 'வெல்வதற்கே பிறந்தோம்' எனும் நூலில் பல்வேறு உதாரணங்களை முன்னிறுத்தி, மிக அழகாக எடுத்துரைத்திருக்கிறார், இந்நூலாசிரியர் கவிஞர் வசந்தன். இதுவெறும் நூலல்ல, வெற்றிக்கான படிக்கட்டு.

-பதிப்பகத்தார்

"வெல்வதற்கே பிறந்தோம்"
Born to Conquer

நாம் அனைவருமே, ஏதாவதொரு காலகட்டத்தில், நமது வாழ்வில் ஏற்பட்ட சோதனைகளை–துயரங்களைக் கண்டு ரொம்பவே மனச்சஞ்சலத்தில் சிக்கி வேதனைப்படுவதுண்டு. ஆனால் மனத்தினை புத்திசாலித்தனம், கையாளும் முறை, ஆகியவற்றால் அவைகளை வெறும் பூஜ்ஜியமாக்கிவிடுவதும் உண்டு. அதாவது, வாழ்வை எதிர்கொள்ள, நம்பிக்கையெனும் சாதனம் கொண்டு இதனைச் சுலபத்தில் எய்திடவியலும். இதனை நமக்கான மனத்திறன் என அழைக்கப்படுவதுடன், அதுவே நமக்கான வலிமையான விலைமதிப்பற்ற ஆயுதமாகும். அது விலை மதிப்பற்றது எனச் சொல்லப்படுவதற்கான முக்கிய காரணம் யாதெனில், அதுவே நம்மில் உள்ளடங்கிய சக்தி என்பதால், அதனை எவருமே சுலபத்தில் நம்மிடமிருந்து களவாடிச் சென்றுவிட முடியாது. நமது தொலைநோக்கு எண்ணங்களைச் சீராக வளர்த்துக் கொள்ள உரிய பயிற்சிகளை நாம் எடுத்துக் கொள்ளும் பட்சத்தில், நமது செயல்பாடுகளும் சீராகவே அமைந்துவிடும். இதனால் நமக்கான மகிழ்ச்சிக்கு நாம் எவரையும் நாட வேண்டியதில்லை; அண்டி நிற்க வேண்டிய அவசியமும் ஏற்படாது. இதில் உள்ளடங்கி இருப்பதுகூட

ஒருவகையில் சாதனைதானே! நீங்கள் அதனை அப்படி கருதவில்லையா?

இவையெல்லாமே உங்களது தனிப்பட்ட உரிமையாகும். அதாவது வாழ்வில் ஏற்பட்ட சோதனைகளை எண்ணி நாளும் புலம்பியழுது கொண்டிருக்கும் நபராகவோ அல்லது வாழ்வில் கண்ட ஏற்றத் தாழ்வுகளை கொஞ்சமும் கலங்காமல் புன்சிரிப்புடன் தாங்கிக் கொண்டு வாழ்வென்பது இதுதான் என்ற நம்மிக்கை உணர்வோடு நடைபோடும் நபராக இருக்கப்போகிறோமா என்பதெல்லாம் உங்கள் கரங்களில்தான் அடக்கமாகியுள்ளன.

வாழ்வின் பெரும்பாலானவற்றிற்கான அடிப்படை அம்சம் எதுவென்றால், அது உங்களது செயல்பாடுதான். உங்கள் மனம் நல்லதையோ அல்லது புறம்பானதையோ நினைக்கலாம். ஏதாவதொரு பிரச்சினை அல்லது சூழ்நிலையை அல்லது வாய்ப்பை நீங்கள் திறம்படக் கையாள வேண்டுமாயின் ஒரு நல்ல வளமான சிந்தனை உங்கள் மட்டில் அடக்கமாகியிருக்க வேண்டும். அதுபோன்ற திடமான வளமான சிந்தனையை உங்களால் மட்டுமே அமைத்துக் கொள்ள முடியுமே தவிர, வேறு எவராலும் அதனை உருவாக்கிட முடியாது. அறிவு, ஆஸ்தி, அந்தஸ்து போன்றவைகள் எந்த வேறுபாட்டையும் உருவாக்கிடவியலாது. உங்களுக்கான நண்பனும் எதிரியும் நீங்களேதான்!

உங்களது யோசனையை, ஆக்கரீதியிலும், நம்பிக்கை உணர்வோடும் வளமான எதிர்கால எண்ணங்களுடனும் அமைத்துக் கொள்ள ஏதுவாக உங்களுக்காக இந்த நூலை வடித்துள்ளேன். உங்களது அன்றாட வாழ்வை வெற்றிகரமாகவும், மகிழ்ச்சியுடனும் நடத்திச் செல்ல இந்தக் கையேடு பெரிதும் துணை நிற்கும். வளமான நம்பிக்கையூட்டும் சிந்தனைகள் எப்படியெல்லாம் உங்கள் அலுவலகத்தில், இல்லத்தில், இன்னும் சொல்லப்போனால், உங்கள் வாழ்க்கை முழுமைக்கும் அற்புதமான விளைவுகளை உருவாக்கும் என்பதை நீங்கள் கண்ணெதிரே கண்டு உணரலாம். நினைவில் வையுங்கள், நீங்கள் பிறந்ததே வெற்றியைப் பதிக்கத்தான். இதற்கு என்ன தேவை தெரியுமா? வாழ்வைச் சுவையாகவும், மகிழ்வாகவும், நேர்மையாகவும், விசுவாசமாகவும் வைத்திருப்பதுதான். வளமான நம்பிக்கையான சிந்தனைக் கிடங்கில் இவைகளெல்லாமே சின்னச்சின்ன ஆயுதங் களாகும். அவை தோற்பவனிடமிருந்து வெற்றியாளரை வேறுபடுத்திக்

காட்டி நிற்கும். நெல்லிருந்து உமியைப் பிரிப்பதற்கு ஒப்பாகும்.

    எனது இந்த நூல், உங்கள் வாழ்வின் அனைத்துத் தருணங்களிலும் துணை நின்று வாழ்வில் சந்திக்கும் ஏற்றத் தாழ்வுகளை அலசிப் பார்த்து திடமாகவும் வெற்றிகரமாகவும் நடத்திச் செல்லப்பெரிதும் துணை நிற்கும். தெரிவு செய்யப்பட்ட எளிய வழிகளைப் பின்பற்றி வெற்றிகளை கைக்கொள்ள இனிதே ஆயத்தமாக்கிட வாழ்த்தி நிற்கிறேன்.

அன்புடன்,
கவிஞர் வசந்தன்

சென்னை – 5
அ.பே.எண். 9884197566
             9566231723

1. உள்நோக்குடன் கூடிய சிந்தனைக் கூடத்தைத் துவக்கவும் (Positive Thought)

வெல்வதற்கே பிறந்தோம்.....

உங்கள் எண்ணங்களை நோட்டமிடவும், அதுவே உங்களுக்கான வார்த்தைகளாக உருப்பெரும். உங்கள் வார்த்தைகளை நோட்டமிடவும், அதுவே உங்கள் செயல்பாடாக உறுப்பெறும். உங்கள் செயல்பாடுகளை நோட்டமிடவும், அதுவே உங்கள் பழக்கமாகிவிடும். உங்கள் பழக்கங்களை நோட்டமிடவும், அதுவே உங்களுக்கான குணத்தை உருவாக்கிவிடும்.

உங்கள் குணாதிசயம், உங்கள் எண்ணங்கள், வார்த்தைகள், செயல்பாடுகள் மற்றும் பழக்கங்களைச் சோதிக்கும் பட்சத்தில், உங்கள் மட்டில் தோன்றும் எதிர்மறையான எண்ணங்களை அப்படியே களையெடுத்துக் காணாமற் செய்துவிடும். ஒரு எதிர்மறையான மனச் சூழல்தான் (Mind set) பலவிதமான ஆக்ரோஷமான மற்றும் அடக்க முடியாத மனக் குமுறல்களுக்குக் காரணமாகின்றன. இதனை உரிய தருணத்தில் கண்டுகொண்டால், உங்களுக்கு எவையெல்லாம் நன்மைபயக்கும் என்பதை உறுதி செய்து கொள்ள உங்களால் முடியும்.

எனது சிந்தனைகளை ஒருமுகப்படுத்திக் கட்டுக்குள் வைத்திருக்க ஏதுவாக ஒரு மார்க்கத்தை உருவாக்கியுள்ளேன். GI GO vs BI.BO இது ஒரு கணினிச் சொல்லாகும். அதாவது, குப்பைகள் உள்ளே, குப்பைகள் வெளியே. (Garbage in and Garbage out) என்பதாகும். அதாவது நல்ல எண்ணங்கள் வெளியே எனக்குறிப்பதாகும். இன்னும் சொல்லப்போனால், கணினி எந்திரத்தை மனித மனத்துடன் ஒப்பிட்டுக் கொள்ளலாம். காரணம், எவற்றையெல்லாம் உள்திறனாக (Input) உள்ளே செலுத்துகிறீர்களோ, அவைதானே வெளித்திறனாக (Output) வெளியேறிவந்து விடுகின்றன. எதை விதைக்கிறோமோ அதைத்தானே அறுவடை செய்கிறோம். இருப்பினும், மனிதன் என்பவன்

ஒரு வினோதமான விலங்காகும். இவையெல்லாம் மற்றவர்களுக்குப் பொருத்தமாக இருக்கலாமேயன்றி, தனக்கல்ல என்றே அவன் தன்னை மேதாவிலாசத்திற்கு அழைத்துச் செல்கிறான். இது எவ்வளவு பெரிய தவறான கண்ணேட்டமாகும். அவ்வாறு இல்லையென்றால், தானும் தனது குழந்தைகளையும் உபயோகமற்ற ஒரு முட்டாள் பெட்டிக்கு (T.V.) முன்னமர்ந்து, கண்ட கண்ட இழவுகளையெல்லாம் நோட்டமிட அனுமதிப்பீர்களா? அதாவது, எனக்காக பெரிய எதிரி அல்லது உற்ற நண்பன் வேறு யாருமேயில்லை, நானேதான்!

இதே காரணத்திற்காகவே பல சமயங்களில், தொலைக்காட்சிப் பெட்டி, வீடியோ, நண்பர்கள், உடன் பணியாற்றுவோர் நூல்கள், ஆகியவற்றின் மூலம் கெட்ட எண்ணங்களை என் மனத்தில் கொட்டமடிப்பதை நான் தவிர்த்தே வருகிறேன். (GI GO vs BI.BO Bad ideas in and Bad Ideas out).

நாம் அனைவருமே இரவில் படுக்கப்போகும் முன்னர், நமது சட்டைப் பைகளைச் காலிசெய்து, அவற்றை அலமாரியிலோ, மேஜையின் உள்ளேயோ இட்டு வைத்துத்தானே வருகிறோம். இந்தச் செயல் என்னை ரொம்பவே வழிகாட்டி ஊக்கப்படுத்தின. ஆம். அ்தேபோல் நமது மனதையும் ஏன் அப்படி காலி செய்துவிட்டுப் படுக்கை போடக்கூடா தென்று இன்றைய நாளில் ஒரே வினா எழுகின்றது. சேகரிக்கப்பட்ட மோசமான எண்ணங்களை நாளைக்குப் பயன்படுத்த வேண்டியதில்லை தானே! இன்றைய நாளில் நாம் கண்ட வேதனைகள், சலிப்புகள், கவலை கள், பொறாமைகள், பேராசைகள், மனக்குமுறல்கள், என அனைத்தை யும் மனத்திலிருந்து அப்புறப்படுத்திவிட்டு, லேசான மனசோடு படுப்பதென்பது எவ்வளவு சுகம்! நீங்கள் அவ்வாறு செய்யாது போனால், அதாவது அவைகளை வெளியேற்றாதபட்சத்தில், உங்கள் மனம் நஞ்சைக் கக்கவேண்டிய துன்பத்திற்குத் தள்ளப்படுவதென்பது உறுதி.

இந்த மனவெளுப்பால் (சுத்திகரிப்பால்) பத்து விழுக்காட்ட ளவிற்கு புதிய மற்றும் சீரான சிந்தனைகள் மனதில் அரங்கேற வாய்ப்புண்டு. இந்த சுத்தப்படுத்தும் வேலையைக் காலமுறையாகச் செய்யாது போனால், மனஅழுத்தத்தையும் மனச்சங்கடத்தையும்

தருவித்துவிடும் என்பதில் ஐயமேயில்லை. காலப்போக்கில், நமது மனம் குப்பைக் கூடையாகவே காட்சியளித்துவிடும் என்பது திண்ணமே!

இந்தக்காரணத்திற்காகவே, எதைப் படிக்க வேண்டும், எவரிடத்து நீண்டநேரம் செலவழிக்க வேண்டும் என்பதில் நான் ரொம்பவே அக்கறை காட்டி வருகிறேன். காரணம் நான் சந்தோஷமாக இருக்க விரும்புகிறேன். ஏனென்றால், இதற்காக நான் நல்ல சிந்தனைகளையே உற்பத்தி செய்தாக வேண்டும்.

நமது மனம் ஒரு உற்பத்திக்கூடமாகும். அது நல்ல சிந்தனைகளையும் அல்லது தீய சிந்தனைகளையும் உற்பத்தி செய்யும் வல்லமை கொண்டதாகும். எந்தவகையான எண்ணங்களை உற்பத்தி செய்யவேண்டும் என்பதை நாம்தான் தீர்மானிக்க வேண்டும். எவரெல்லாம் மகிழ்ச்சியை நாடி நிற்கிறார்களோ, அவர்களெல்லாம் நல்ல வளமான எண்ணங்களையே உற்பத்தி செய்ய வேண்டும். அதற்காகத் தங்கள் மனசைப் பக்குவப்படுத்தி பயிற்சி அளித்தாக வேண்டும். எதிர்மறையான எண்ணங்களைத் தொடர்ச்சியாக உற்பத்தி செய்பவர்கள் தவறான அபிப்பிராயத்தில் மிதப்பதுடன், தங்களுக்கான முன்னேற் பாடுகளில் குழப்பத்திலே ஆழ்ந்துவிடுவராவர். தங்களுக்கான இலக்கு பற்றி யாதொரு சிந்தனையும் கொள்ளாதவராகவே இருப்பதுண்டு. தவிர, தங்களது முடிவு, எல்லை, சேரும் இடம் பற்றிய தெளிவான எண்ணம் கொள்ளாததால், காலத்தையும், திக்கையும் அவ்வப்பொழுது அவர்கள் மாற்றிக் கொண்டே இருப்பர். தாங்கள் தவறான பாதையில் பயணிக் கிறோம் என்பதை அவர்கள் கண்டறியும் பட்சத்தில் அவர்கள் எதிராளி யாகி விடுகின்றனர். அவர்கள் மதுரைக்குச் செல்லவே விரும்புவார்கள். ஆனால் கோவை நோக்கிச் செல்லும் சாலையில் பயணிப்பர்.

நாம் மகிழ்ச்சிகரமான எண்ணங்களை நினைத்தால், மகிழ்ச்சியாகவே இருப்போம். நாம் துன்பம் சூழ்ந்த எண்ணங்களை நினைத்தால், சோகத்தில்தான் மிதப்போம். நாம் அச்சமூட்டும் எண்ணங்களை நினைத்தால், அச்சத்தில்தான் உழன்று கொண்டிருப்போம்.

இங்கே இரண்டு விஷயங்களின் கதையை அலசலாம். ஒருவர் ராமச்சந்திரன், தனது முன்னோர்கள் கண்ட விவசாயத்தையே செய்து வருகிறார். இன்னொருவர் சோமசுந்தரம். இவர் நவீன விஞ்ஞான முறையில் உழவுத் தொழிலைச் செய்து வருகிறார். இருவரில் யார் புத்திசாலி. நிச்சயம் சோமசந்தரந்தானே! எனது பிரச்சினைகள், எனது அபிலாசைகள், எனது கவலைகள், எனது மனச்சோர்வுகள், மன அழுத்தங்கள் போன்றவற்றை எவரிடத்தும் நான் பகிர்ந்து கொள்வதேயில்லை. ஆனாலும் இதில் தவிர்ப்பும் உண்டு. எனக்கான உதவி மற்றும் ஆலோசனை வழங்கும் தகுதியுள்ளவர்கள் மட்டில் நான் நாடி நிற்பதுண்டு. தவிர பரம்பொருளாகிய அண்ணாமலையாரிடம் முறையிட்டு அருளை நாள்தோறும் பெருவதற்கு 'ஓ இறைவா! இவ்வுலகில் ஒவ்வொருவருக்கும் பிரச்சினைகள் உண்டு, மனரீதியில் நான் அனைத்திற்குமே ஆயத்தமாகிவிட்டேன், மரணத்தையும் சேர்த்தே! பின்னர் என்ன? அதுவந்தால், வந்ததுதானே தீரும்! எனவே, உன்னடி சரணம்" என வழிபட்டு வருகின்றேன்.

வாழ்க்கை அதன் வழியே பயணித்துக் கொண்டுதான் இருக்கும். சாதகமான மற்றும் பாதகமான சூழல்களை எப்படியெல்லாம் தமக்குச் சாதகமாக்கி வெற்றி நடைபோட்டு வரும் பலரைச் சந்தித்துள்ளேன். எனக்கான முழு முதற் உதாரண மனிதர் நக்கீரன் ஆசிரியர் நக்கீரன் கோபால் அவர்கள்தான். எல்லாமே தனிப்பட்ட ஒருவரின் மனக்கட்டுப்பாடும், வாழ்வை எப்படி நடத்திச் செல்லவேண்டும் என்ற செயல்திறனுமே காரணமாகும்.

நமது மனம் ஒரு ஏக்கர் நிலத்தைப் போன்றதாகும். இங்கே ரோஜா செடிகளையும் வளர்க்கலாம், கள்ளிச் செடிகளையும் வளரவிடலாம். துரதிர்ஷ்டவசமாக, நம்மில் பலர் பதர்களையே பயிரிட்டு வருகின்றோம். பின் எங்கிருந்து சந்தோசம் கிட்டும். நிலத்தின் ஒரு பகுதியைப்போல் உழுவது, விதைப்பது, நீர்பாய்ச்சுவது உரமிடுவது, களையெடுப்பது போன்றவற்றை உரிய தருணங்களில் செய்யாது போனால் அறுவடைக் காலத்தில், நமக்கு மிஞ்சுவது வெறும் பதர்களே! மனசும் அப்படித்தான்!

எனது மனசும் இதயமும் எனக்கான உயர்ந்த சொத்துக்களாகும். நாள்தோறும் படுக்கப்போகும்முன், எனது அனுபவங்களின் அடிப்படையில், அவற்றை நான் ஆய்வு செய்தாக வேண்டும். நான் பயிரிட்டு வளர்த்துப் பண்படுத்த வேண்டிய நிலங்களும் இவையேதான். எதை விதைக்கிறோமோ அதைத்தானே அறுவடை செய்ய வேண்டும். எனவேதான், எனது உள்மன உந்துதலுக்கேற்ப, கணினி எந்திர நினைவகத்தில் சேமிப்புச் செய்வதுபோல, நானும் வளமான எதிர்கால நம்பிக்கையோடு கூடிய சிந்தனைகளை இட்டுவைத்து வருகிறேன். ஆனால் அதற்காக எனது மனதையும், இதயத்தையும் குப்பை வண்டியாக மாற்றிட அனுமதிப்பதில்லை. எவையெல்லாம் சிறந்தது, நன்மை பயக்கும், வழிகாட்டும் என்பதை ஆய்ந்தே சேமித்து வருகின்றேன். இந்த தருணத்தில், எனது இதயத்தையும் மனசையும் எவை மாசுபடுத்திவிடும் எனப் பரிசீலித்து, அவற்றை அக்கணமே விரட்டியடித்து விடுவேன். எனக்கு உகந்த இசையைக் கேட்பேன், என்னைத் தூண்டச் செய்யும் பாடல்களை நெஞ்சில் தாங்குவேன், எனக்கு நல்வழிகாட்டும் நண்பர்களுடன் உறவை மேலும் பலப்படுத்திக் கொள்கிறேன். எனது மனதிற்கும், இதயத்திற்கும் ஏற்றாற்போலவே, எனக்கான திட்ட நிரல்களைத் தயாரித்து நிர்வகித்து வருகிறேன்.

ஏழையாக நினைத்தால், ஏழையாகவே இருக்க வேண்டும்; நினைப்பது செல்வந்தரென்றால், செல்வந்தராகவே இருப்போம். உங்கள் வளமை அல்லது வறுமை என்பதெல்லாம் உங்கள் எண்ணங்களைப் பொருத்தே. நீங்கள் உங்கள் மனசை எப்படி யோசிக்கப்பயிற்சி அளிக்கிறீர்களோ, அதைப் பொறுத்தே நீங்கள் வறியவரா இல்லை வள்ளலா என்பதை நீங்கள் கண்டறிந்து கொள்ளலாம். இதுதான் உண்மை. ஒவ்வொருவருமே இதனை நன்கு அறிவார். இதைத்தான் ஒவ்வொரு மதமும் உரைக்கின்றன. எளிய வழிகளைப் பின்பற்றி எனக்கான வளத்தை ஈட்டி வருகிறேன். எனது பெற்றோர், உடன் பிறந்தோர், பிள்ளைகள் ஆகியோரை என்னால் தேர்வு செய்யவியலாது. எஞ்சியுள்ளவற்றை என்னால் முடியும். இருப்பதை மட்டுமல்ல, இல்லாததைக் கொண்டும் வாழ்க்கையை மகிழ்வுடன் நடத்திவரும் அன்பர்கள்

மத்தியில் இருப்பதையே நான் பெருமை கொண்டு வருகிறேன்.

தவிர, எனது மனசு எண்ணங்களின் உலைக்களம் (தொழிற்சாலை). நான் செல்வச் செழிப்புடன் இருக்கிறேன், நான் மகிழ்ச்சியாய் உள்ளேன்" என்ற நம்பிக்கையூட்டும் சிந்தனைகளையே உற்பத்தி செய்ய அதற்கு நாளும் ஆணையிட்டபடியே உள்ளேன்.

உங்கள் இல்லத்தை குளிர்பதனம் படுத்துவதைக் காட்டிலும் (Air-condition) உங்கள் மனதையும் இதயத்தையும் குளிரூட்டி வரவும்.

வளமான சிந்தனைகளை நீங்கள் எப்போது நினைக்கிறீர்களோ, அவ்வாறே பல செயல்களும் நடந்தேறும். உங்கள் மனஅழுத்தம் மறைந்து போகும். பணமல்ல, ஞானமே ஒருவனைச் செல்வந்தராக்கிடும். இன்னும் சொல்லப்போனால், எதையுமே நாடாதிருப்பவரே உலகின் மிகப் பெரிய பணக்காரராவார். ஞானமில்லாத சொத்து ரொம்பவே மன அழுத்தத்தைத் தருவிப்பதாகும். மன அழுத்தமும், பணச்சுமையும் எளிதில் பிரிக்க முடியாததாகும். ஒருவரது கல்வியறிவும் முதிர்ச்சியுமே அதனைக் கையாள முடியும்.

ஆயுள் முழுக்க ஆனந்தம் வேண்டுமானால், எதை நீங்கள் செய்கிறீர்களோ அதை நேசிக்க முதலில் கற்றுக்கொள்ளவும்.

தயவுசெய்து நினைவில் வையுங்கள்; எந்தக் கல்வியாளரும் தனது கடுமையான உழைப்பால், செல்வந்தராக முடியும் என்பதை.

******

2. நீங்கள் எந்த ரகம்?

வெற்றி பெற்றவன் வெளியேறுவதில்லை!

ஒரு கிராமத்துச் சாலையோரத்தில் நகரத்திற்காக இரண்டு கேன் பால் வண்டியில் அனுப்புவதை இரண்டு பையன்கள் பார்த்த வண்ணம் இருந்தனர். இப்போது அவர்கள் தங்களை யாரும் பார்க்கவில்லை என அறிந்ததும் முதலாவது கேனின் மூடியைத் திறந்து ஒரு மலைத் தவளையை உள்ளே போட்டனர். இப்போது அடுத்த கேனின் மூடியைத் திறந்து மற்றொரு தவளையை உள்ளே போட்டனர். இரண்டும் மூடப்பட்டு, லாரியில் ஏற்றினார்கள்.

வண்டிபோகும்போது முதலாவது கேனில் உள்ள தவளை இப்போது முணகியது. “இது என்ன பயங்கரம்! மூடியைத் திறக்கவே முடியவில்லையே” என்னமாய் கனக்கிறது. தவிர இப்படியொரு பால் குளியலை இதுவரை நான் அனுபவித்ததேயில்லை. தவிர கீழே சென்று மேலே எழும்பி மூடியைத் திறக்கலாம் என்றால் அதுவும் இயலவில்லை. சுற்றிலும் பால் இருந்தும் என்ன பிரயோஜனம். எனவே, தனது மயற்சியை அப்படியே அது கைவிட்டு வெளியேறியது. பின்னர் வண்டி நின்றதும் முதலாவது கேனின் மூடி திறக்கப்பட்டபோது அங்கே ஒரு தவளை செத்து மிதப்பதைக் கண்டனர். அதன் பெயர் ஆண்டி.

இரண்டாவது கேனிலும் இதே சூழ்நிலைதான் நிலவியது. ஆனால், அத்தவளையோ தனக்குள் சொன்னது. “இந்த மூடியை என்னால் திறக்கவே முடியாது அவ்வளவு பெரிசாகவும் உள்ளது; இறுக்கமாகவும் மூடப்பட்டுள்ளது. தவிர கேனின் பக்கவாட்டில் துளையும் போட என்னால் முடியாது. ஆனால், நான் அறிந்த ஒன்று உள்ளது. அது நீச்சல். நீச்சல்தான். அப்படியே பால் கடலில் அது நீந்திக்கொண்டே இருந்தது. அதன் நீச்சலால் பால் கடையப்பட்டு, வெண்ணையாகத் திரண்டு கட்டியானது. இப்போது தவளை அதன்மேல் ஒய்யாராக அமர்ந்து கொண்டது. மூடி திறந்த மறுகணமே அது குதித்து

வெளியேறியது. இதன்பெயர் பாண்டி.

எனவேதான் வென்றவன் வெளியேறமாட்டான், வெளியேறிய வனோ வெல்லமாட்டான் என்பது.

ஒரு கிராமத்தில் ஆற்றோரம் ஒரு முதியவர் இருந்தார். அவருக்கென்று ஒரு சொந்தமாக படகு ஒன்று இருந்தன. துடுப்பை வளித்து ஆற்றுக்கு அப்பால் மக்களைக் கொண்டு சேர்ப்பதே அவரது தொழிலாகும். அதற்கென்று அவர் வசூலித்த கட்டணம் ஒரு ரூபாய் மட்டுமே!. ஒரு நாளில் எத்தனை முறை நீங்கள் சவாரி எடுப்பீர்கள் எனக் கேட்டதற்கு, எவ்வளவு என்னால் முடியுமோ அவ்வளவு பயணிப்பேன். ஏனென்றால், அதிகமான சவாரி என்றால் அதிகமான வரவுதானே, நான் போகவில்லையென்றால் வரவும் ஒன்றும் இருக்காதுதானே" எனப் பதிலுரைத்தார் அந்தப் பெரியவர்.

"நம்பிக்கையற்ற ஒருவரால் விண்மீன்களின் ரகசியங்களைக் கண்டறிந்திருக்கவே முடியாது; மனிதகுலமில்லாத் தீவிற்குப் பயணிக்கவே முடியாது. மனிதகுல மேம்பாட்டிற்காகப் புதிய சித்தாந்தங்களை வழங்கியிருக்கவே முடியாது"

– ஹெலன் கெல்லர்

3. உங்கள் வருத்தங்களை சிரித்தே விரட்டுங்கள்!

மனிதன் ஒரு வினோதமான விலங்கு. நமக்கு நாமே காயங்களை சுயமாக உருவாக்கிக் கொண்டு, அதனில் சுகம் காண்பவர்கள்தான் நாம். சிரிப்பே மன அழுத்தத்தைச் சாகடிக்கும் மாமருந்து என்பதை நாம் அனைவரும் நன்கு அறிவோம். தவிர, அதற்காக எந்தச் செலவும் கிடையாது. வெகு சுலபத்திலே அதனை உற்பத்தி செய்துவிடலாம். ஆனாலும் அதனைப் புறந்தள்ளி மன அழுத்தத்தைத் தயாரிப்பதிலே பலர் முனைந்து நிற்பது மிகுந்த வேதனைக்குரியதாகும். அது தீங்கையே விளைவிக்கும் என நன்கு உணர்ந்திருந்தும், நமது மனம், சிரிப்பு அல்லது மனஅழுத்தம் ஆகியவற்றை உற்பத்தி செய்ய வல்லதாகும். எனவே, உங்கள் கவலைகளை துரத்தியடிக்க சிரிப்பை உற்பத்தி செய்ய ஏதுவாக உங்கள் மனத்திற்கு நல்ல பயிற்சி அளித்திடவும். இதனால் உங்கள் பிரச்சினைகள் நிச்சயம் காணாமல் போய்விடும்.

சிரிப்பென்பது இயற்கையின் சீதனமாகும். இயற்கை அருளிய (டானிக்) மருந்தாகும். எந்தச் சூழலிலும் ஒரு நல்ல சிரிப்பு நம்மைப் பரவசப்படுத்தும் வல்லமை கொண்டதாகும். வேடிக்கை அம்சங்கள் நிறைந்த புத்தகங்களைப் படியுங்கள், நகைச்சுவையுணர்வு கொண்டவர்களை நாளும் சந்தியுங்கள், வேடிக்கை கேளிக்கை திரைப்படங்களில் அக்கறைக் காட்டவும். கலைவாணர் படத்தில் தொடங்கி, வடிவேலுவரை பரவிநிற்கும் நல்ல நகைச்சுவைத் துணுக்குகளைக் கேட்கவும். எனக்குள்ள பல நண்பர்களில் கிருஷ்ணகுமார் மிகவும் இயல்பானவர், நகைச்சுவையுணர்வு மிஞ்சியவர். அவரைப் பார்த்தவுடனே தமிழ் சினிமா மற்றும் உலக நகைச்சுவை நடிகர்கள் அனைவரது பேச்சைக் கேட்ட ஆனந்தம் தானாகவே ஏற்பட்டுவிடும்; சிரிப்புதானே பொங்கிவரும். எனவே, சிரிக்கத் தெரியாதவர்கள் மத்தியில் ஆசனம் போட்டு அமர வேண்டாம். விளையாட்டாக இருக்கவும். உங்களுக்கு நீங்களே சிரிக்க முடியாத

நிலையில், தயவுசெய்து நகைச்சுவை துணுக்கு எதையும் உருவாக்கிட முயல வேண்டாம். சிரிப்பு தொற்றிக் கொள்வதாகும். இவையெல்லாமே மிகச் சுலபமானது. பொது அறிவுதான் இந்நிலையில் எண்பது விழுக்காட்டிற்கும் மேலானது. மக்கள் சிரிப்புக்காக இந்தச் சின்னச் சின்ன வழிகளைப் பின்பற்றாமல், பல கஷ்டங்களில் உழன்று வாழ்க்கையோடு போராடி வருகிறார்கள்.

எனக்குத் தெரிந்தவரை, சமீப காலங்களில், மதமார்க்கத்தை மிகுந்த வேடிக்கையாகவும், நகைச்சுவை உணர்வோடும் பரப்பியவர் ஓஷோ ஒருவர் மட்டும்தான். அவரது ஒவ்வொரு பிரசங்கமும் வளமான நகைச்சுவையோடே முடிவடையும். இதர மதபோதகர்கள் எல்லோருமே ஒரு வரன்முறைக்குட்பட்டு, "இதைச் செய்யாதே..! அதைச் சொல்லாதே..! பிரார்த்தனை, வழிபாடு என்பதைச் சுற்றியே வட்டமடித்தபடியே ஆசிகளை வழங்கிடுவார்கள். வாழ்வை எவ்வளவு மந்தமாக கழிக்க வேண்டுமோ, அதற்கான பாதையையே அவர்கள் அடையாளம் காட்டி நிற்பார்கள். ஓஷோ அப்படியல்ல, அவர் சொன்னது:

"ஆண்டுதோறும் ஏதாவதொரு குறிப்பிட்ட நேரத்தில், உலகம் முழுவதும் சிரிக்கும் பட்சத்தில், இருள், மூடத்தனம், வன்முறை எல்லாமே அழிந்துபோகும்.... சிரிப்பைத் தொட்டவுடனே வாழ்வு இனிமை பயக்கும்... நகைச்சுவை என்பது ஒரு வழிபாடாகும்... நீங்கள் சிரிப்பைக் கற்றுக் கொண்டாலே, வழிபாட்டைக் கற்றதாகும்... எதையும் பெரிதாக்கிக் கொள்ள வேண்டாம். கடுகடுப்பான முகத்தோற்றத்தைத் தவிர்க்கலாம். அந்த குணமுடையோன் ஆன்மீகவாதியாக இருக்கவே முடியாது".

சிரிக்கத் தெரியாத மனிதர்களைப் பற்றியும் தனக்கே உரிய பாணியில் கிண்டலடித்துச் சொன்னது,

"கழுதைகள் சிரிப்பதை, எருமைகள் நகைச்சுவைத் துணுக்குகளை ரசிப்பதை நீங்கள் பார்த்ததுண்டா?" மனிதன் ஒருவனால் மட்டுமே நகைச்சுவையை ரசிக்க முடியும். சிரிக்க முடியும். மனிதன் என்பவன் சிரிக்கத் தெரிந்த மிருகம் என்றே மனிதனுக்கான விளக்கத்தை அளித்துள்ளேன்".

"எந்தக் கணினியும் சிரிப்பதில்லை, எந்த எறும்பும் சிரிப்பதில்லை,

எந்த குளவியும் சிரிப்பதில்லை, சிரிக்கத் தெரிந்தவன் மனிதன் மட்டுமே!. ஒவ்வொருவரும் தங்கள் வாழ்நாள் முழுவதும் சிரித்துக்கொண்டே இருக்க வேண்டும், அழவேண்டாம் என நான் சொல்லப் போவதில்லை. இன்னும் சொல்லப்போனால், சிரிக்கத் தெரியாதவனால் அழவும் தெரியாது. இரண்டும் இணைந்தே பயணிக்கும்.''

சிரிப்பு – நகைச்சுவை வலிமை தரும்.

பாடல் மற்றும் நகைச்சுவைக்கு எதிரானது கடுமைதான். கடுமைபற்றி ஓஷோ குறிப்பிட்டது ''கடுமைகாட்டிய மரத்தை நான் கண்டதில்லை, கடுமையான பறவையை, கடுமையான உதயசூரியனை நான் கண்டதில்லை. விண்மீன்கள் சூழ்ந்த கடுமையான இரவை நான் கண்டதில்லை, கடுமை அல்லது கடுகடுப்பென்பது ஒரு கடும் நோயாகும்.

ஆன்மீகம் என்பது கேளிக்கை சுகம், மேலாக நகைச்சுவையாகும்.

4. குப்பை கூளத்தை அப்புறப்படுத்தவும்

ஒரு பெரிய குப்பைக் கூடையை உங்கள் பக்கத்திலே வைத்திருக்கவும்.

உங்களது ஆலோசனை நேரத்தை புத்திசாலித்தனமாய் பயன்படுத்தவும், அது சரி ஆலோசனை நேரம் என்றால் என்ன? நல்லது. நீங்கள் பயணிக்கும்போது படுக்கப்போகும் முன்னர், காலையில் எழுந்தபோது, முகச்சவரம் செய்யும்போது, இப்படி பணிகளுக்கிடையில் இப்படி உங்களுக்கு வாய்க்கப்பட்ட நேரந்தான் யோசனை நேரமாகும். ஒவ்வொருவருக்கும் தங்கள் வேலைகளை முன்னுரிமை கொடுத்துச் செயலாற்றுவதற்கு இந்த யோசனை நேரம் ரொம்பவே துணை நிற்கும்.

எனது வேலையை நான் இப்படித்தான் செய்து வருகிறேன். எனது மனசில் முற்றுகையிட்டுள்ள இனங்களைப் பட்டியலிடுவேன். சில நேரங்களில் அவற்றை எழுதிக் கொள்வேன். இப்போது என்னால் எதைச் செய்ய முடியும்? எதைச் செய்ய முடியாது என்பதை மனத்தளவில் கணித்துக் கொள்வேன். அதாவது, தற்போது என்னிடம் இரண்டு வழிமுறைகளே உள்ளன. அவை “போவது” அல்லது “போக வேண்டாம்” என்பதாகும். எனது மனம் ஆய்ந்த பின்னர், எவை மகிழ்ச்சியை அளிக்கும், எவை மன அழுத்தத்தை வரவழைக்கும் என்பதை இந்த வழிமுறைகள் மூலம் பின்பற்றி வருகிறேன்.

எனது தூக்க நேரத்தையும் சேர்த்தே, அன்றைய நாள்பொழுதில் பலவித யோசனை நேரங்களைப் பிழிந்து காலத்தைச் சரியாகவே பயன்படுத்தி வருகிறேன். எனது செயல்பாடுகளை முறைப்படுத்த எனது பொது அறிவையே பயன்படுத்திக் கொள்கிறேன். படுக்கையில் புரளும்போதுகூட, சுமார் 30 நிமிடம்முதல் 60 நிமிடங்கள்வரை யோசிப்பேன். இதனால் அடுத்த ஆறே நிமிடங்களில் எனக்குத் தூக்கம் வந்துவிடும். இப்போது என்மனம் எனக்குத் தேவையில்லாத எதையும் இருப்பில் வைத்துக்கொள்வதில்லை. குப்பைக் கூளங்கள் இப்போது வெளியேற்றப்பட்டு மனம் அழுக்காறின்றி இயங்கும். எனது தேவைகளை

(Needs) நிறைவு செய்வதிலே அக்கறை கொள்கிறேன், பேராசை (Greeds) களை அல்ல.

இரவில் படுக்கப்போகும் முன்னர் நமது பைகளைக் காலிசெய்துவிட்டு வேண்டாதவற்றை விட்டெறிகிறோம். அதேபோன்று, மற்றவர்கள் சொல்லிய வேண்டாதவற்றையும் நம்மை வருத்திய செய்திகளையும் அவ்வப்பொழுது நம் மனத்திலிருந்து வெளியேற்றிக் கொண்டே இருக்க வேண்டும். அப்பொழுதுதான் மனம் லேசாகி விடும்.

எனது மனத்திரையில், இந்த அற்புதமான நிகழ்வை நினைவுபடுத்திக் கொண்டு சுகம் பெறுகிறேன்.

பத்து துறவிகள் மழையில் நடந்து வந்தனர். அவர்களது காலுக்கடியில் சகதி வழிந்தோடிக் கொண்டிருந்தது. அங்கே ஒரு ஓடை குறுக்கிட்டது. ஒரு இளம் யுவதி ஆற்றைக் கடக்க முடியாமல் தடுமாறி நின்றாள். சகதியில் தத்தளிப்பதைத் தவிர்க்க அந்த இளநங்கை உதவி கோரினாள். சற்றும் தாமதிக்காமல் குருவான துறவி, அப்படியே அவளைத் தன் இரு கரங்களாலும் தூக்கி, சுமந்து சென்று அக்கறையில் கொண்டுபோய் சேர்ப்பித்தார்.

இதனைக்கண்ட ஒரு இளம் துறவி, குருவின் செய்கையை ஏற்காமல் தன்னுள்ளே விமர்ச்சித்தபடியே நடந்து வந்தான். அனைவரும் ஆசிரமத்திற்கு வந்தடைந்தனர். தாங்க முடியாமல் அவன் குமுறினான். "எப்படி ஒரு பெண்ணை அதுவும் ஒரு இளம் மங்கையை உங்களது கரங்களால் தூக்கித் தாங்கிக்கொண்டே பயணம் செய்ய முடிந்தது? குருவான உங்களுக்குத் தெரியாதா? இவையெல்லாம் குருகுல நடவடிக்கைகளுக்கு முரண்பட்டதென்று! மிக மோசமான செயல்" என்றான்.

"நான் அவளை சாலையோரத்திலே, எப்போதோ இறக்கிவிட்டேன். ஆனால் நீயோ, அவளை இன்னும் சுமந்தபடியே உள்ளாய்" என்றார் குரு மிகச் சாந்தமாக!.

ஆனால் நாம் எல்லோருமே அவளை நாட்கணக்கில், ஏன் ஆண்டுக்கணக்கில் அல்லவா சுமந்தபடி வாழ்வில் பயணம் செய்து

வருகிறோம்.

உங்களை நீங்களே ஏன் சுயதணிக்கை செய்துகொண்டு ஆயிரக்கணக்கான அந்த "அவள்" களை, ஏன் குப்பைக்கூடைக்கு அனுப்பக்கூடாது?.

நினைவில் வையுங்கள், யோசிப்பதென்பது, சுவாசித்தல் போன்ற, இயல்பான செயல்தான். துர்நாற்றம் வீசும்போது நீங்கள் சுவாசம் கொள்வீர்களா? அதுபோலவே, உங்களைச் சுற்றி மாறுபட்ட அசாதாரண சூழல் நிலவும்போது யோசிப்பதை நிறுத்தி வையுங்கள். இவ்வுலகில் எந்த ஆணும் சரி எந்தப் பெண்ணும் சரி என்றைக்குமே அதிர்ஷ்டம் வாய்ந்தவர்களாக இருக்க முடியாதென்ற விபரத்தை உங்கள் மனத்திரையில் சித்திரமாக வடிவமைத்துக் கொள்ளுங்கள். நாம் அனைவரும் சக்கரத்திற்கு ஒப்பானவர்கள். அதன் சுழற்சியில், நல்ல அதிர்ஷ்டமும் கெட்ட அதிர்ஷ்டமும் மாறிமாறி வந்துகொண்டே இருக்கும். கடக்கட்டும், எல்லாமே சில காலந்தான் என்ற ஞானவாக்கை நம் நெஞ்சில் பதித்துக் கொண்டால், நல்லதோ கெட்டதோ, வருவது வரட்டும் என்ற நியதியைத் தாங்கிக் கொள்ளும் மனப்பக்குவம் நமக்குத் தானே தோன்றிவிடும். எனவே, உங்களது அற்புதமான மற்றும் வளமான அதிர்ஷ்ட தருணங்களை நன்றாகவே அனுபவித்துக் கொள்ளுங்கள்.

முதலில், சுயயோசனையின் வழியாக, எனக்கான சுயமரியாதையை, என் நெஞ்சில் நன்றாகவே நிர்மாணித்துள்ளேன். இன்னும் சொல்லப்போனால், உறவினர்கள், நண்பர்கள், உடனிருப்போர், முதலாளி, உயர் அலுவலர்கள் என எவரிடத்தும் எழும்பும் விமர்சனங்களைப் பற்றிக் கவலை கொள்வதில்லை. நான் நானாகத்தான் உள்ளேன். இனியும் அப்படித்தான். எனது அனுமதியின்றி எவருமே என்னை அவமானப்படுத்திட முடியாது என்பதில் நான் திடமான நம்பிக்கை வைத்துள்ளேன்.

ஒவ்வொரு மனிதனின் தலைவிதியை வடிவமைப்பது அவனேதான்!

5. யோசிக்கவும்

அனைத்து பிரச்சினைகளுக்கும் யோசனை பற்றாக்குறையே...!

நமக்கென்று பிரச்சினைகள் வருகிறதென்றால், நம்மை யோசிக்கத் தூண்டுவதற்காகத்தான்.

நமக்குப் பிரச்சினைகள் ஏன் வருகின்றன? ஆம்! சுமாராகச் சொல்வதென்றால, நமக்கான பிரச்சினைகளில் மூன்றில் ஒரு பங்குக்குக் காரணம் நாம் உயிர் வாழ்ந்து செயல்படுவதால், அடுத்த மூன்றில் ஒரு பங்குக்கான காரணம், நாமே உருவாக்கிக் கொள்வதால், எஞ்சிய ஒரு பங்குக்குக் காரணம் நமக்கான பேராசைகளும் அகம்பாவமுந்தான்!

இப்போது நம்மிடம் மந்திரக்கோல் ஒன்றிருந்தால், நமது பிரச்சினைகள் யாவும் ஒரு நொடியில் போக்கிடலாம். நம்மிடமும் அப்படியொரு கோல் ஒன்று உண்டு. அது நமது செயல்பாடுதான்.

வாழ்க்கையைப் பரிபூரணமாகப் புரிந்துகொண்டு, அதன் பிரச்சினைகளை ஆய்வு செய்தாலே, உங்கள் பிரச்சினைகளை மட்டுப்படுத்திவிடவியலும். அது உடனடியாகவே நடந்தேறும் என்று எதிர்பார்க்கவும் முடியாது. மெதுவாக, ஆனால் நிதானமாக ஒவ்வொரு பிரச்சினையின் தன்மையினை ஆய்ந்தறிந்து செயல்பட்டாலே உரிய தீர்வுகள் நிச்சயம் கிடைக்கப்பெறும்.

தீர்வுகாண முயல்கிறோம் என்ற அடிப்படையில், "பரவாயில்லை" (better) யின் பரம எதிரியான "பிரமாதத்தை (Best)" நாடிட வேண்டாம் என்பதையும் இங்கு நினைவில் வையுங்கள்.

பிரச்சினைக்குத் தீர்வு காண்பதற்கான முதல் அடியே ஆரம்பிப்பதுதான்!.

வெல்வதற்கே பிறந்தோம்

பல பிரச்சினைகள் ஒரே நேரத்தில் முற்றுகையிடும் வேளையில், மன அழுத்தமும், மனச் சங்கடமும் உங்களை வருந்தும்பட்சத்தில், பின்வருவனவற்றைப் கடைப்பிடிக்கலாம்.

1. **யோசிக்கவும்:** இந்தப் பிரச்சினைகளுக்குத் தீர்வு காண இதைவிட மேலான ஏதாவது இருக்கலாமா என...

2. **கேட்கவும்:** கேட்கவும்.... கேட்கவும்....... இதைவிடச் சிறந்த வழிகள், இதைச் செய்வதற்கு ஏதேனும் உண்டா என உங்களிடமும் பிறரிடமும், ஒருசில காரியங்களைச் செய்து முடிக்கவே இயலாது போய்விடும் அல்லது ஒருசிலவற்றை வேறு சில காரியங்களுடன் இணைத்துச் செயல்படுத்த வேண்டிய நிலையும் ஏற்படலாம். மிக மட்டரகமான அல்லது முட்டாள்தனமான வினாக்களுக்கு அதியற்புதமான பொது அறிவுக்குட்பட்ட விடைகளும் கிடைக்கப்பெறும் என்பதைத் தயவுசெய்து இங்கே நினைவில் கொள்ளுங்கள்.

3. **இப்போதே செய்யவும்:** செய்வதற்கு ஆயத்தமாகவும், ஒன்றை மறந்து விடாதீர்கள். பிரச்சினைக்குத் தீர்வுகாண்பதற்கான முதல் அடியே அதனை தொடங்குவதுதான். இந்த முதல் அடி, மிகக் கஷ்டமென்பதை நான் ஒப்புக்கொள்கிறேன். ஆனால், உங்களது முதல் அடி காரியத்தைத் தாமதப்படுத்தப்படுவதையோ, தள்ளிப்போடுவதையோ இதன் மூலம் தடுத்திட முடியும். இந்த தள்ளிப்போடும் சிந்தனை என்பது ஒரு வியாதி மட்டுமல்ல, அதுவும்கூட ஒரு பிரச்சினையேதான். அதே சமயத்தில், உங்கள் பிரச்சினைகளைத் தரம் பிரித்து முன்னுரிமை அடிப்படையில் தீர்வுகாண முயல வேண்டும் என்பதும் இங்கே கவனிக்கப்பட வேண்டிய அம்சமாகும்.

ஒவ்வொரு பிரச்சினைக்கும் பல தீர்வுகள் கிடைக்கப் பெறலாம். அந்தத் தீர்வுகள் சந்தர்ப்பங்களையே சுட்டிக்காட்டி நிற்கும்.

கடந்து செல்லட்டும், நல்லதோ
கெட்டதோ..! குழந்தைகளிடமிருந்து
கற்றுக் கொள்ளுங்கள்... ஒரு கண்ணில்
சிரிப்பதற்கும் மறு கண்ணில்
கண்ணீர் சிந்துவதற்கும். குழந்தைகள் தங்களுக்கு
நேர்ந்த அவமானங்களையும், காயங்களையும்
வெகு சீக்கிரத்தில் மறந்துவிடுவர்.

6. உங்களிடமிருந்தே தொடங்குங்கள்...!

"மற்றவர்களை மாற்றுவதற்குமுன் உங்களையே மாற்றிக் கொள்ளவும்".

மாற்றம் தொடர்பாக, இதைவிட அற்புதமானமொழி உலகில் வேறெதுவுமே இருக்க முடியாது.

நீங்கள் யாரையும் மாற்றிவிட முடியாது!

உங்கள் தந்தையை உங்களால் மாற்றிட முடியாது!

உங்கள் அன்னை, ஆருயிர் மனைவி, உங்கள் சகோதரர், உங்கள் சகோதரி, உங்கள் மகன், உங்கள் மகள், ஏன் உங்கள் முதலாளியைக்கூட உங்களால் மாற்றவே முடியாது!. உங்களை மாற்றிக் கொள்ளுங்கள் முதலில்....!

இது பலரது வாழ்வில் கண்ட அனுபவ உண்மையாகும். அது என்னையும் சேர்த்தே! ஒவ்வொருவரையும் மாற்ற நான் முயன்றதன் முடிவு ஏமாற்றமே!. யோசித்தபோது, நான் மகிழ்வுடன் இருக்க வேண்டுமானால், முதலில் என்னை, நானே மாற்றிக் கொள்வதே சரியான மார்க்கம் எனத் தீர்மானித்தேன். என்னையே மாற்றிக்கொள்ள முடிவு கண்டபோது, எனக்கு வயது 50. காலம் கடந்தபோதிலும், ஒவ்வொருவருடன் போராடுவதென்பது வீண் செயல் என்றே உணர்ந்தேன். தவிர இதனால் மனச் சோர்வும், மனச் சங்கடமும், மேலாக, மன அழுத்தம் போன்றவை நிச்சயம் என்னைத் தாக்க தயார் நிலையில் இருப்பதை உணர்ந்தேன். ஒருசில இனங்களில், நமது உண்மைச் செயல்பாடு அங்கீகாரம் பெற முடியவில்லையேயென மண்டையைப்பிளக்கும் அளவில் மனவேதனை பெற்றது தவறென்றே உணர்ந்தேன்.

எனவே, என்னை நானே மாற்றிக் கொள்வதெனத் தீர்மானித்தேன். கஜினி முகமது போல் போராடிக் கொண்டிருக்க வேண்டியதேயில்லை. ஒருமுறைக்கு இருமறை முயற்சிசெய்,

வெல்வதற்கே பிறந்தோம்

பலனளிக்கவில்லையெனும் உணரும்பட்சத்தில் பிரிதொன்றில் நாட்டம் கொள்வதில் தப்பில்லை என்ற மார்ட்டின் லூதர் கிங்கின் அறிவுரையே இன்றைய காலகட்டத்திற்கு உகந்ததென்றே கருதிக் கொள்ளலாம். ஒவ்வொன்றிலும் வாழ்வா-சாவா என்ற போராட்டக் குணம் வெகு சாதாரண மனிதருக்குப் பொருந்தாது. வரலாறு படைக்கின்ற, உ-ம் நக்கீரன் கோபால் போன்ற மாமனிதர்களுக்கு அது அவசியமே!

இது தவறாகக்கூட இருக்கலாம். ஆனால இந்தச் செயல்பாட்டை நாளும் கடைபிடித்து வருவதால், எனது மன உளைச்சல்கள், மன அழுத்தங்கள் மற்றும் தலைவலிகள் கணிசமாகவே குறைந்துவிடுகின்றன.

பேரறிஞர் அண்ணா உரைத்த வாசகங்கள்: "அடிக்கடி நமது வேலைகளை, நண்பர்களை துணைவிகளை, மாற்றிக் கொண்டேயுள் ளோம். ஆனால் நம்மை மாற்றிக்கொள்ள முயல்வதில்லை". வேலைகளை மாற்றிக் கொள்வது பற்றி இங்கே பேசலாம். இதற்கு முக்கிய காரணம் என்ன! நமது நிறுவனம், நமது முதலாளி, நமது பணியம்சம் ஆகிய தேவைகளோடு, நாம் இசைவு கொள்ளாததுதானே! கால ஓட்டத்தில் அது சார்ந்த அனைத்துமே நம்மை ஏமாற்றிவிட்டதாகக் கருதிக் கொண்டு மகிழ்ச்சியை இழக்கிறோம்.

இதமான வார்த்தைகளோடும், குண்டுகள் நிரப்பிய கைதுப்பாக்கியுடனும், வேலை வாங்கும் கணவானுக்குப் பெயர்தான் முதலாளி. இது யதார்த்தனமான உண்மையாகும். நடைமுறைக் காட்சியாகும். இன்னும் குறிப்பிட்டுச் சொல்வதென்றால், முதலாளிகள் எல்லோருமே நல்லவர்கள்தான், ஆனால் அவர்களது நடைமுறைச் செயல்பாடுகள்தான் வேறுபட்டவை. முதலாளி மிகப் பெரியவர் என்றால், துப்பாக்கியும் பெரிதாகவே இருக்கும். ஆனால் வெள்ளி அல்லது தங்கம் அல்லது வைரம் என துப்பாக்கியில் முத்துக்களாகப் பதித்திருக்கும்? இந்த மறைக்கப்பட்ட துப்பாக்கியைக் கண்டவுடனே என்னை நானே மாற்றிக் கொள்வேன். இதனால் என்னைப் பயமுறுத்தக் காத்திருக்கும் Stroke மறைந்தே போகும். இந்தக் கொள்கை மனித உறவுகள் மட்டிலான அனைத்திற்கும் பொருந்தும். வாடிக்கையாளர் எப்பவும் சரியாகத்தான் இருப்பார். அரசு, உயர் அலுவலர் சரியாகத்தான்

இருப்பார், மனைவி எப்போதுமே சரியாகத்தான் செய்வார்... இருப்பார்....இப்படி... இப்படி...

நான் மாறியதும், எனது மனைவியும் மாறிவிட்டாள்! எல்லோரையும் போலவே கடந்த 30 ஆண்டுகளாக அவளை மாற்றிடப் பெரிதும் முயற்சிகள் மேற்கொண்டேன். பின் ஒரு அதிர்ஷ்டமான நாளில் எனது மவுனத்தை சுமார் 30 நிமிடங்கள் வரை கண்டறியச் செலவழித்தேன். என்னுள் ஒரு ஒளி ஊடுருவியது. என்னை மாற்றிக்கொண்டேன்.

இந்தப் பூவுலகை என்னால் நிச்சயம் மாற்றிட முடியாதென உணர்ந்தேன். எனது உயர் அலுவலர்களை, மகனை, மகளை, அண்டை அயலாரை, நண்பர்களை, உடன்பணிபுரிவோரை, உறவுகளை, கடைக்காரர்களை, நாளிதழ் போடும் பையனை, இப்படி யாரையுமே அவ்வளவு சுலபத்தில் மாற்றிடவியலாதெனக் கண்டறிந்தபின் எனக்குள்ள ஒரே வழி என்னையே மாற்றிக் கொள்வதுதான். இதில் ஒரு ஆச்சரியமான சங்கதி என்னவென்றால், நான் எதற்கெல்லாம், எவரையெல்லாம் விரும்பி நின்றேனோ, அவையனைத்தையும் இன்று அடைந்துவிட்டதாகவே உணருகின்றேன்.

> வாழ்வின் மிகத் துயரமான
> நிகழ்வு யாதென்றால்,
> அது இவ்வளவு சீக்கிரம்
> நடந்தேறிவிட்டதென்பதல்ல;
> இன்னும் நாம் துவக்காமல்
> இருப்பது, காத்துக்
> கொண்டே வீணாக இருந்ததுதான்!

7. சுவற்றில் ஒரு கண்ணாடி

உங்களை வைத்தே உங்களை ஒப்பிட்டுப் பார்க்கவும்

வாழ்வில் உண்மையான சுகம் வேண்டுமென்றால், மற்றவர்களோடு உங்களை ஒப்பிட்டுப் பார்க்க முயலவேண்டாம். ஆனால், உங்களுடன் மட்டுமே ஒருவேளை ஒப்பீடு செய்ய வேண்டுமெனக் கருதினால், உங்களைவிட அதிர்ஷ்டம் கெட்ட நபர்களுடன் ஒப்பீடு செய்வது உங்களுக்கு நல்லதாகும். அது சரியாகவே வேலை செய்யும். வாழ்விலான சுகங்கள் மலிவாக இருக்கும் சமயத்தில், அதுவே விலை உயர்ந்ததாகவும் இருக்கும் என்பது எனது கடந்த கால அனுபவங்களில் கண்ட உண்மையாகும். நமது மனநிலை சரியாகவிருந்தால், எல்லாமே சுகமாய்த்தான் விளங்கும். மாலை இல்லம் திரும்பியதும் எனக்கு வேண்டியதெல்லாம் ஒரு கப் காபியும், ரொட்டித் துண்டுகளுமே. குளிர்சாதனம் செய்யப்பட்ட எனது அறையில் அதனைச் சுகமாகவே பருகிப் பேரானந்தம் கொள்வேன். என்னைவிட சக்தி படைத்த நண்பர்களை, கண்களை மூடியபடி நினைத்துப் பார்ப்பேன். ஒரு சில ஆண்டுகளுக்கு முன்னர், எனது அறையில் ஏசி வசதியில்லை. நூல்களில் ஒன்றிபோன என் நிலைமை கண்டு எனது ஒரே மகன் எனது அறையை குளிரூட்டி என்னைக் குளிர்ச்சியில் ஆழ்த்தினான். இந்த பெரிய சுகத்தை நான் நன்றாகவே அனுபவித்து வருகிறேன்.

மற்றவர்களுடன் ஒப்பிடும்போதுதான் நம்மில் பலருக்கு மனச் சோர்வும், மன அழுத்தமும் எட்டிப் பார்த்து ஒட்டிக்கொள்கின்றன. இது போலியான சுகமென்றே நான் கருதுகிறேன். எனது மனைவியின் தவறுகளை/குறைகளை நான் நன்கு அறிவேன். இதனை நான் பெரிய பட்டியலாகப் போட முடியும். அதற்காக நான் ரொம்ப அறியாத பிறர் மனைவிகளோடு எனது மனைவியை ஒப்பிடுவதென்பது படுமுட்டாள்தனம் இல்லையா? அப்படி நான் செய்ய முனைந்தால் நாம் அனைவருமே அப்படித்தானே? எனது பிற்போக்கு நடத்தை எதிரொலிக்காமலே போகும்? இது மகன்கள், மகள்கள், உயர்

அலுவலர்கள், முதலாளிகள், வேலையாட்கள், வியாபாரிகள் என அனைவருக்குமே பொருந்துவதாகும்.

மது குறைவாக இருக்கட்டும்.,
சுவாசிப்பது அதிகமாகட்டும்;
பேசுவது குறைவாகட்டும்;
சொல்வது அதிகமாகட்டும்
வெறுப்பது குறையட்டும்;
நேசிப்பது அதிகமாகட்டும்
இந்த அனைத்து நற்காரியங்களும்
உங்கள் மட்டில்தானே!

உங்களுக்கென்று ஆறு வயது மகன் இருக்கிறான். அரையாண்டுத் தேர்வில் 85 மதிப்பெண்கள் பெற்றிருக்கிறான். கடந்த காலாண்டில் அவன் பெற்ற மதிப்பெண்கள் 82. இப்போது கூடுதலாக பெற்றிருக்கிறான் எனக் குதூகலிப்பீர்களா? அல்லது 100 வாங்கவில்லையே என முறையிட்டுக் கொள்வீர்களா?

என்ன செய்வது? ரொம்பச் சுலபமே. உங்களுடன் உங்களையே ஒப்பிட்டுப்பாருங்கள், உங்களைக் கட்டுப்படுத்த உங்களாலே முடியும். இதனை ஒவ்வொரு மணியும், ஒவ்வொரு நாளும், ஒவ்வொரு வாரமும் ஒவ்வொரு மாதமும செய்து வரலாம்.

உதாரணத்திற்கு எனது உடல் எடை 67 கிலோ. எனது நண்பர் ராஜரெத்தினத்தின் எடையேயாடு ஒப்பிட முனைந்தால், எனக்கு மன அழுத்தமே தோன்றும். எனவே, உள்ள எடை மீகாமலும், குறையாமலும் இருக்கவே நான் பயிற்சி மேற்கொள்வேன். என்னை என்னுடனே ஒப்பிட்டுக் கொள்வதே உத்தமமான வழியாகும். எளிமைதானே!

மற்றவர்களின் செயல்பாடுகளோடு நம்மை ஒப்பீடு செய்வதென்பது மிகவும் அபாயகரமான காரியமாகும். ஒப்பீடு செய்வதென்பது பாதுகாப்பற்றதாகும். இருப்பினும், நமது குழந்தைகளுடன் உறவினர்கள், நண்பர்கள், உடன் பணிபுரிவோர் குழந்தைகளுடன் ஒப்பீடு செய்வதென்பது வாடிக்கையான அம்சமாகவே நம்மில் பலருக்குப்

போய்விட்டன. இதன் விளைவு, ஒரு நிமிடம் உச்சத்தில் இருப்போம், அடுத்த கணமே தாழ்வு மனப்பான்மை நம்மை கவ்வத் தொடங்கிவிடும்.

எனது நண்பர் ஒருவர் மெக்டவல் நிறுவனத்தில் விற்பனை மேலாளராகப் பணிபுரிந்த வேளையில், அவரது சிறப்பான சேவைக்காக 30 நாட்கள் அமெரிக்காவிற்கு ஊக்க விடுமுறை திட்டத்தில் அனுப்பப்பட்டார். விடுமுறையை நன்கு அனுபவித்துத் திரும்பி வந்தவுடன், "நான் எவ்வளவு அதிர்ஷ்டம் செய்திருக்க வேண்டும், இந்த வயதில் எனக்கு இந்த வாய்ப்பு. நமக்குள் பெருமைதானே" எனச் சொன்னார். அடுத்த நிமிடமே, அவரது மனைவி, "இது என்ன பிரமாதம், பலர் வருஷா வருஷம் தங்கள் பெண்டாட்டிகளை அழைத்துக் கொண்டு வெளிநாடுகள் பலவற்றிற்கு சென்று வருவதை நீங்கள் பார்த்ததில்லையா?" என பொரிந்து தள்ளினாள். தனக்கான அரிய வாய்ப்பை அளித்த நிறுவனத்திற்கு நன்றியைச் சமர்ப்பிக்கும் வேளையில், அவரது மனைவியோ, அதனால் என்ன இப்ப" என்கிறாள். விளைவு, இவருக்கோ ஆனந்தம், இவரது மனைவியோ வேறு கோணத்தில் நினைக்கிறாள். அவள் தன்னை மற்றவர்களுடன் ஒப்பிட்டுப் பார்க்கிறாள்.

எப்போதெல்லாம் ஒருசில வருத்தங்கள் என் நெஞ்சில் வட்டமடிக்கத் துணியும் போதெல்லாம் நான் பெற்ற விருதுகளையும், நான் வரைந்த நூல்களையும் நோட்டமிடுவேன். வருத்தங்கள் வாடி நிற்கும், கவலைகள் கரைந்தோடும். 15–க்கு மேற்பட்ட விருதுகள், 40க்கு மேற்பட்ட நூல்கள் அலமாரிகளை அலங்கரித்துக் கொண்டிருக்கின்றன. பழக்கதோஷத்தில் மற்றவர்களுடன் ஒப்பிடவேண்டிய சூழ்நிலையும் அப்பொழுது என் மனைவியால் ஏற்பட்டதும் உண்டு. நாளிதழுக்கு வாசகர் கடிதம் எழுதி தம்பட்டம் அடிப்போர் மத்தியில், நிறைந்த நூல்களை எழுதிய நான் காலரைத் தூக்கிவிடுவதில் தப்பில்லைதானே?.

வெற்றிபெற்றவராக இருப்பினும், ஒப்பிடுதலை இன்றோடு நிறுத்திக் கொள்ளுங்கள். ஒருவேளை ஒப்பிட்டுப் பார்க்க வேண்டுமென்றால், உங்களை உங்களோடு ஒப்பிட்டுக் கொள்ளுங்கள். தவிர்க்க வியலாத சூழலில், உங்களுக்கும் கீழானவர்களுடன் ஒப்பிட்டுப் பார்த்து தன்னம்பிக்கையை வளர்த்துக் கொள்வதில் தடையேதும் இல்லை.

உங்கள் நினைவில் பதியுங்கள். நிலாவைப் பிடிக்கச் சென்று முடியாது போனால், நீங்கள் வெறுங்கையோடு திரும்பி வரமாட்டீர்கள், நிச்சயம் உங்கள் கரங்களில் ஒரு நட்சத்திரமாவது அடக்கமாகியிருக்கும், இது திண்ணம்!

8. ஒரு நிமிடப் பிரார்த்தனையைச் சொல்லிக் கொண்டே இருக்கவும்!

வழிபாடுகள் எப்போதுமே பலன் தரும். வழிபாடுகள் அடிக்கடியென்றால், பலன்களும் அடிக்கடி வந்து சேரும். ஓம் அல்லது சங்கரா எனச் சொல்லலாம். ஆயிரக்கணக்கான எண்ணங்கள் தஞ்சம் புகுந்துள்ள உங்கள் மனசைக் காலி செய்திட வேண்டி கவனம் காட்டுங்கள். இதனால், அந்த நாழிகையில் அல்லது நிமிடத்தில் அல்லது நாளில் நீங்கள் என்ன செய்ய விரும்புகிறீர்களோ அதனை அப்படியே உங்கள் நெஞ்சில் சுலபமாக புகுத்திக் கொள்ள முடியும். இவ்வாறு செய்வதன் மூலம் காரியங்கள் ஒன்றன்பின் ஒன்றாக நடந்தேற அது பெரிதும் உதவிடும்.

எனது ஒரு நிமிட வழிபாடு பற்றி உங்களிடம் பகிர்ந்து கொள்ள விரும்புகிறேன். அனுமதியின்றி உள்ளே நுழைந்து “இறைவா எனக்கு வேண்டியதெல்லாம் கிடைத்துவிட்டன, அதற்குப் பல்லாயிரம் கோடிகளில் நன்றியினைக் காணிக்கையாக்குகிறேன் என்னிடம் இல்லாதது எனக்கு வேண்டாம், நல்ல ஆரோக்கியத்தை அருள்பாலிக்கவும். அற்புதமான ஞானத்தையும், சேவைக்கான ஆற்றலையும் தெம்பையும் தைரியத்தையும் அருள வேண்டி நிற்கிறேன். எனது குடும்ப உறுப்பினர்கள் மற்றும் நக்கீரன் ஆசிரியர் ஆகியோர்களைப் பட்டியலிட்டு அவர்கள் நலம் காக்க வேண்டுவேன். இப்போது தளர்வு கொள்வேன். எனக்கு நானே சுயமான ஆலோசனைகளை வழங்கி நிற்பேன். இதில் நான் சுயநலம் காட்டுவதில்லை. மரபு ரீதியிலான வேண்டுதல்களை அருள்மிகு அண்ணாமலையாரிடம் சமர்ப்பிப்பேன். மகிழ்ச்சியின் நீரூற்றினை எனது மனத்திற்குத் தேவையான வளமான நம்பிக்கையூட்டுகின்ற அடிகளைத் திணிப்பேன். எதை வேண்டி நான் நிற்கிறோனோ, அதற்காக நான் உழைக்க வேண்டும் என்று உண்மையை நான் நன்றாகவே புரிந்து வைத்துள்ளேன். அங்கே இலவச உணவுகள் கிடையாது.

நான் பல அன்பர்களை அறிவேன், பிரார்த்தனைகளுக்காக 30

முதல் 60 நிமிடங்கள் வரை செலவழிப்பதை. இன்னும் பலர் விரிவான சடங்குகளிலும் இறங்குவதுண்டு. தங்கள் கோபத்தையும், மன அழுத்தத்தையும் குறைத்துக்கொள்ள அவர்கள் சிறு மணிகளையும் பயன்படுத்துவர். உங்களுக்காகவே சில அபாரமான யோசனைகளை இதன் மூலம் வழிமொழிகின்றேன். வளமான யோசனைக்கு இது வழிகாட்டும். எது உங்களுக்குப் பொருந்துகிறது என்பதைக் கண்டறிந்து, உங்கள் வழிபாடுகளை நடைமுறைப்படுத்திக் கொள்ளவும்.

> செயல்பாடு மட்டுமே
> மகிழ்ச்சியைத் தருவிக்காது.
> ஆனால், செயல்பாடின்றி
> மகிழ்ச்சியே கிடையாது!

9. சின்ன விஷயங்களைப் பெரிதாகச் செய்யவும்

நாம் ஒவ்வொருவருமே பிரபலமாக வேண்டும் என்றே விரும்புகிறோம்; நாம் ஒவ்வொருவருமே முதன்மை பெற வேண்டும் என்றே விரும்பி நிற்கிறோம்! நாம் ஒவ்வொருவருமே சரித்திரம் படைக்க வேண்டும் என்றே விரும்பி நிற்கிறோம். இது சரியே! ஆனால், இது நடைமுறைக்குச் சாத்தியமல்ல எனவும் நாம் ஒவ்வொருவருமே நன்கு அறிந்துள்ளோம். விளைவு....! விரக்தி, மற்றும் தோல்வி, மன அழுத்தம் மற்றும் மனச்சோர்வு.

நினைவில் வையுங்கள்! மிகக்கடினமான பிரச்சினைகளுக்கும் வெகு சுலபமான பதில்களும் கிடைக்கப்பெறும்! சில ஆண்டுகளுக்கு முன்னர் நான் ஒரு அறிவாளியென்றோ அல்லது முட்டாளென்றோ கருதியதில்லை. ஒரு சராசரிக்கும் மேலேதான். காரணம், அரசுப் பணியில் பல சாதனைகளை எட்டியவன் என்ற தகுதி கொண்டதால்!. எனவே, நான் பிரபல புள்ளியாக மாறிட முடியாதென்றாலும், சின்னச் சின்ன விஷயங்களை பிரபலமாக்கிட தீர்மானித்தேன். காலஓட்டத்தில் நூல்கள் படைப்பதில் தீவிரம் காட்டினேன். இதனால் மன அழுத்தமோ மனச்சங்கடமோ என்னை ஒட்டிக்கொள்ள வாய்ப்பே அளிக்கவில்லை. அதுபற்றிச் சிந்திக்கவும் நேரமில்லை. படைப்பதில் நான் அடைந்த வெற்றிகளால் மகிழ்ச்சியில் திளைத்த என்னை மன அழுத்தம் நெருங்கவே நான் அனுமதித்ததில்லை.

அற்புதமான கூற்று ஒன்று உண்டு. ஒரு லிட்டர் டப்பா, ஒரு லிட்டர் எண்ணெய் மட்டும் தாங்கும். சரிதானே! ஆனால் அதிலே ஒரு காலன் எண்ணெய்யை நிரப்ப முயன்றால் அது அறிவற்ற செயல்தானே! சாத்தியமில்லாத ஒன்றில் நம்பிக்கை வைப்பதும் பொருத்தமற்றதுதானே?

எனக்கு இரண்டு பிள்ளைகள். ஒரு மகன், ஒரு மகள். அவர்களை ஒரு லிட்டர் டப்பாவாகவே கருதிக்கொண்டேன். அவர்கள் எதைச் செய்தாலும், எதைச் சாதித்தாலும் அதைக் கண்டு பெருமிதம் கொண்டேன். பேரானந்தம் கொண்டேன்.

கவிஞர் வசந்தன்

எனது நண்பர் இராசேந்திரனுக்கு ஒரு மகன். ஒரு மகள் உள்ளனர். அவரது மகன் ஆறாம் வகுப்பில், காஞ்சிப் பள்ளி ஒன்றில் தேர்ச்சிப் பெறவில்லை. பள்ளித் தலைமையாசிரியர் நண்பரை அழைத்து அவனது எதிர்கால படிப்புக் கருதியே அவனை அந்த வகுப்பில் நிறுத்தி வைத்துள்ளதாகத் தெரிவித்தார். நண்பரும் அதனை ஏற்றுக் கொண்டார். குருவி தலையில் பனங்காய் வைத்தது போன்று மகன்மீது மேலும் திணிப்பது சரியல்லவென்றும் அவரும் ஏற்றார்.

> ரோஜாவில் முட்கள் இருப்பதைக் கண்டு மனம் பேதலிக்க வேண்டாம்...
> முட்களுக்கு இடையே ரோஜாவும் உள்ளதென மகிழ்ச்சிகொள்ளுங்கள்.

எனவே, சின்னக் காரியங்களைப் பெரிய அளவில் செய்தல் என்ற கொள்கையை மனத்தளவில் எப்படி பொருத்திப்பார்ப்பது என்ற கேள்விக்குப் பதில் இதோ! ரொம்ப எளிமையே! நாம் அனைவருமே அவரவரது சமூக வட்டங்களில்தானே வாழ்ந்து கொண்டிருக்கிறோம் என்ற கற்பனையை நான் உருவாக்கிக் கொள்வேன். உதாரணத்திற்கு நான் ஒரு நடுத்தர வகுப்பைச் சேர்ந்த லட்சாதிபதி. மன ரீதியாக நான் என்னையொத்த லட்சாதிபதிகளுடனே தொடர்பை வைத்திருப்பேன். எனது சொந்த வட்டத்திற்குள்ளே நான் சிறிய விஷயங்களைப் பெரிய அளவில் சாதித்துக் கொள்ள முயல்வேன். இந்த வழியில் எனக்கான சுகங்களை, இன்பங்களை நானே உருவாக்கிக் கொள்கிறேன்.

******

10. நீங்கள் எதைச் செய்கின்றீர்களோ அதை நேசிக்கக் கற்றுக் கொள்ளவும்.

நான் கண்டறிந்த சுவையான ஒன்றை உங்களிடம் பகிர்ந்துகொள்ள விழைகின்றேன். இதனையே உங்களுக்கான கலங்கரை விளக்காக்கிக் கொள்ளவும்.

ஒரு மணி நேரத்திற்கு மகிழ்ச்சி வேண்டுமென்றால், சின்னத் தூக்கம் போடுங்கள்.

ஒரு நாளைக்கு சந்தோஷம் வேண்டுமென்றால், பிக்னிக் செல்லவும்

ஒரு வாரத்திற்கு சந்தோஷம் வேண்டுமென்றால், சுற்றுலா செல்லுங்கள்.

ஒரு மாதத்திற்கு சந்தோஷம் வேண்டுமென்றால், கல்யாணம் செய்து கொள்ளுங்கள்.

ஆண்டு முழுவதுக்குமான சந்தோஷம் வேண்டுமானால்,,சொத்தைச் சம்பாதியுங்கள்.

ஆயுள் முழுமைக்கும் சந்தோஷம் வேண்டுமென்றால், உங்கள் வாழ்விற்காக நீங்கள் எதைச் செய்கிறீர்களோ அதை நேசிக்கக் கற்றுக் கொள்ளுங்கள்.

கடந்த பத்தாண்டுகளாக, இந்தக் கொள்கையைத்தான் பின்பற்றி வருகின்றேன். வாழ்வு மிகப் பிரகாசமாகவே பயணிக்கின்றது.

எனது நண்பர்களைவிட நான் நம்பிக்கை மிகுந்த செயல்பாட்டைத்தான் (Positive attitude) எப்போதுமே கையாண்டு வருகிறேன். ஆனாலும் ஒரு சில இனங்களில் தடம்புரண்டதும் உண்டு. காரணங்களை ஆய்ந்தபின் இந்தத் தடம் புரள்வதை முற்றிலுமாகத் தடுத்துவிட்டேன்.

ஒவ்வொரு நாளும் துயில் நீங்கி எழுந்திருப்பதும், அன்று என்ன செய்ய வேண்டுமென்ற நிரல் போடுவதும் இயல்பான வெகு சாதாரண அம்சந்தான். நாம் செய்யப் போகும் காரியத்தை நேசிக்க வேண்டும் எனப்

பலமுறை முயற்சி கண்டு அதனைச் சோதித்துப் பார்த்ததும் உண்டு. பொதுவாகவே ஒரு சவாலான காரியத்தை முடிக்க வேண்டுமென்ற முடிவற்ற பேரவா நம் அனைவரிடத்தும் உண்டு. ஆனால் துரதிர்ஷ்டவசமாக நம்மில் பெரும்பாலானோர், சந்தர்ப்பங்கள் தானே வந்து நம் கதவுகளைத் தட்டும் என்றே காத்திருந்து பொழுதை வீணாக்கி வருகின்றோம். கதவுகள் ஓசையை எழுப்புவதுண்டு. நாமோ இந்த ஓசையை காதில் வாங்காமல், பலத்த வெடியோசைகளுக்காகவே காத்திருப்பதை சர்வ சாதாரணமாகவே நோட்டமிட்டுப் பார்க்கலாம். உண்மையைச் சொல்லப்போனால், நல்ல விதமான வாய்ப்புகள் மெல்லவே வந்து தட்டும். இவற்றிற்கிடையில், நாம் சோர்ந்து போகிறோம். ஆனால் இந்தச் சின்ன ஓசையை நன்றாகவே செவிமடுத்து, ஒருசில சுறுசுறுப்பான காரியத்தில் இறங்கி, தாங்கள் எதைச் செய்ய முனைகிறார்களோ அவற்றில் நாட்டங்கொண்டு, நேசிப்பதுடன், செயல்பாட்டைத் துரிதமாக்குவதும் உண்டு. இதனால் அவர்கள் மட்டில் ஓரிரு எதிர்மறைச் சிந்தனைகள் பறந்தே போகின்றன. இது கோழி முட்டைகதையைப் போன்றதாகும். குஞ்சு வெளிவந்து குப்பையை அவசரமாகக் கிளறி தனக்கான உணவையும் தேடிக் கொண்டு, “தங்க முட்டைகளை இடுவது போலத்தான்” இதுவும்.

இருளைக் கண்டு
சாபம் இடுவதற்குப் பதிலாக
மெழுகுவர்த்தியை ஏற்றுவது
அவளது பொறுப்புத்தான்!
இப்போது அவள் ஏற்றிய தீபம்
உலகுக்கு ஒளியூட்டிக்
கொண்டிருக்கிறது.

11. பரவாயில்லை (Better)யின் பரமஎதிரியான பிரமாதத்தை (Best) உருவாக்க வேண்டாம்!

எனக்குத் திருமணமாகி இன்றைக்கு நாற்பது ஆண்டுகள் ஒடிவிட்டன., போராட்டம் ஏதுமின்றி வீட்டைச் சுத்தம் செய்வதிலோ, பாத்திரம் கழுவுவதிலோ, எனது மனைவி இதுவரை சமாதானமோ, அல்லது திருப்தியோ கொண்டதில்லை. பல வேலைக்கார பெண்கள் வந்து போய் விட்டனர். எனது மனைவிக்கும் அவர்களுக்குமிடையிலான வாக்குவாதங்கள் இல்லம் முழுமைக்கும் சிதறி என்னையும் பாதிக்கச் செய்வதை இவர்கள் கண்டு கொள்வதேயில்லை. காலையில் அவள் வந்து வீட்டைத் துடைத்துப்பின் பாத்திரங்கள் கழுவி விட்டுச் செல்வாள். பின் மாலை வந்து மீண்டும் வீட்டைத்துடைப்பாள். இருவேளைகளிலும் அவள் வேண்டா வெறுப்பாகவும் தயக்கத்தோடும்தான் வேலை செய்வாள். தினமும் வீட்டைக் கழுவத் தேவையில்லாத போதும், அதைச் செய்ய என்னவள் வற்புறுத்துவாள். வேலைக்காரி மீனா – ஜானகி – மீனா ஆகியோர்களுடன் நடக்கும் தினசரி யுத்தங்களைக் காட்டிலும் வீட்டில் தூசி இருந்துவிட்டுப் போகட்டுமே என நான் நினைப்பதுண்டு.

*****

12. போய்கொண்டே இருங்கள்

சிகரத்தை அடைந்தவன் எவனும் கீழே விழமாட்டான். அடுத்த சிகரத்தை அடைவதற்கான அடுத்த கட்ட முயற்சிகளில்தான் அவன் கவனம் காட்டி நிற்பான். ஒன்றை அடைந்துவிட்டால், அதாவது ஒரு இலக்கை எய்திவிட்டால், அடுத்த இலக்கு பற்றித்தான் நாம் அனைவருமே சிந்திக்கத் தொடங்குவோம். இது இலட்சியம் மட்டுமல்ல, வாழ்வை சுவாரஸ்யமாக்கிட இது ரொம்பவே துணை நிற்பதாகும். வாழ்க்கையை வெறுமனே இயந்திரகதியில் நடத்திச் செல்ல இவ்வுலகில் எவருமே நினைப்பதில்லை. வாழ்வில் வெற்றி கண்டவர்கள், அடுத்த வெற்றியை நோக்கியே அடியெடுப்பர். சென்ற ஆண்டுக்கான மாதாந்திர காலண்டரை எவருமே வைத்திருப்பதில்லைதானே!

என்னைப் பொறுத்தவரை கையால் எழுதப்பட்ட எனது கவிதைத் தொகுப்பை எனது நண்பர் சிதம்பரத்திடம் கொடுத்தேன். அவரது பாராட்டுரை பெறுவதற்கு முன்னரே அடுத்த ஒன்றை வரைந்தேன். இப்போது அது ரொம்பவே இலகுவாகிவிட்டன. எனது முதல் நூல் அச்சிலிருந்து வெளிவந்தவுடன், நான் அடைந்த ஆனந்தத்திற்கு எல்லையேயில்லை!. ஆனால், எனது மனதில் நீறுபூத்த நெருப்பாக அவை எரிந்து கொண்டேயிருந்தது.

இப்போது எனக்கான பொறுப்பும், கடமையும் மிக்கப் பளுவானது, அடுத்த படைப்புகள் எப்படியிருக்குமோ என்ற அச்ச உணர்வே காரணமாகும். ஆனால் எனக்கான இந்த விடயத்தில் எழும் மன அழுத்தத்தை மட்டுப்படுத்திட முயன்றேன். வெற்றியும் பெற்றேன். எவரெஸ்ட் சிகரத்தின் உச்சியைத் தொடும்வரை ஒவ்வொரு சிகரமாக ஏறவேண்டியது அவசியம் என்பதை நான் நன்றாகவே புரிந்து வைத்துள்ளேன்.

எவரெஸ்டிற்காக மேஜர் அலுவாலியாக போன்று நான் மாற முடியாது போனாலும், எனக்கென்று ஒரு பரங்கிமலை உள்ளதென்று மகிழ்ச்சி கொள்கிறேன். எனது புனித நோக்கம் அறிந்து எவரெஸ்ட் மலை

நகர்ந்து கொண்டிருப்பதையும் நான் அறிவேன். இதனால் ஒரு சாதனையோடு எனது பயணம் நின்று விடுவதில்லை. அதில் அடைந்த ஆனந்தத்தோடு எனது மனம் நிறைவு கொள்ளப்போவதில்லை. கொண்டதும் இல்லை!

> முடிவுற்ற ஏமாற்றத்தை
> ஒப்புக் கொள்ளும்,
> அதேநேரத்தில்
> முடிவற்ற நம்பிக்கையை
> இழந்துவிட வேண்டாம்!

13. வாய்மை உங்களை விடுவிக்கும்

வாய்மையே வெல்லும் என்பது நாம் அறிந்த ஒன்றாகும். இவ்வுலகில் உண்மையைத் தவிர வலிமை வாய்ந்த ஆயுதம் வேறொன்றுமேயில்லை.

உண்மை அதிக சக்தி வாய்ந்தது. இதனை நீங்கள் படித்தவுடனே நீங்கள் என்னைப் பார்த்து சிரித்தால், நான் வியப்படையப் போவதில்லை. இந்தக் கலியுகத்தில், இந்த உண்மை என்ற சொல் உள்ளதா! அதற்கு வல்லமையேதும் உண்டா! என்பதுதானே உங்கள் வினாக்கள்?

அதற்கு நிச்சயம் உண்டு என்பதுதான் என் பதில். ஆனால், இன்றைக்கு நேர்மைதான், அற்புதமான கொள்கை மற்றும் சிறந்த கோட்பாடாகும். இவற்றுடன் நமக்கான பொது அறிவையும் இணைத்துக் கொண்டால், எனச் சொல்வதில் எனக்குத் தயக்கமேயில்லை.

உண்மை சக்தி வாய்ந்தது. உண்மை அபாயகரமானது, உண்மை இனிமை பயக்கும், சுகமானது. தனிமனித விடுதலைகளுக்கான முதல் படிக்கட்டும் அதுவேதான்.

> புதிய புதிய நிலங்களைக் கண்டுபிடிக்க வேண்டுமென்றால் கரையைக் கண்டுபிடிக்க நீண்டகாலம் ஆகும். அதாவது கரை உங்கள் பார்வையில் படாமல் வெகுகாலத்திற்குத் தொன்படாமலே இருக்கும்!

உண்மையைப் பேசுவதற்கான பழக்கத்தை உருவாக்கிட ஆண்டுகள் பல தேவைப்படும். ஆனால், உண்மையை மட்டுமே பேசும் பழக்கத்தை நடைமுறைப்படுத்திவிட்டால், உங்களது தன்னம்பிக்கை தானே வளர்ச்சியடையும். இதனால் உங்கள் வாழ்க்கை வெளிப்படைத் தன்மையாவதுடன், உங்களின் அச்ச உணர்வும் அகலத் தொடங்கும். உங்களுக்கு நீங்களே ஹீரோவாகத் திகழ்வதுடன், காட்சியும் அளிப்பீர்கள். உங்களின் சுயமரியாதையும் பல வடிவங்களில், கோணங்களில் வளரும், திடம்பெறும் என்பதில் ஐயமில்லை!.

உண்மையே பேசுங்கள். அங்கே இசையை எதிர்கொள்ளலாம், மன அழுத்தம் ஒன்று அல்லது இரண்டு அல்லது மூன்று நிமிடங்களுக்கு உங்களுக்கு வரலாம். புயல் அழிவு அதிகமென்றால், வெகு விரைவில் அது கரைகடக்குமென்று பொருள்.

14. "இல்லை" (முடியாது) யென்ற நிலையில் "ஆம்" போட வேண்டாம்.

'இல்லை' என சொல்வதற்குக் கற்றுக் கொள்ளுங்கள். 'இல்லை' என்பதை ஏற்றுக் கொள்ளுங்கள்.

காரியங்களை நிர்வகிப்பது என்பது கடினமே அல்ல. எப்போதெனில், இல்லை (முடியாது) யெனச் சொல்வதைக் கற்றுக் கொண்டு, மற்றவர்கள் இல்லை எனச் சொல்வதை நீங்கள் ஏற்றுக் கொள்ளும் பக்குவத்தை அடைந்துவிட்டாலே, நாம் ஒவ்வொருவருமே பல எண்ணிக்கையில்லா வேலைகளைச் செய்து முடிக்கும் ஆற்றல் நம்மிடம் தலைகாட்டும். இதையே நம் மனசில் நிலை நிறுத்துவது மிகவும் அவசிய மாகும். அதே நேரத்தில் நாம் யாரிடமெல்லாம் காரியமாற்ற முனைகிறோமோ, அது உயர் அலுவலராகட்டும், சார்நிலை அலுவலர்களாகட்டும், அவர்களிடமும் நமக்குள்ளதுபோல் திறமையும் ஆற்றலும் கொண்டிருப்பார்கள் என நம்பவும் முடியாது, அப்படி எதிர்பார்க்கவும் முடியாது. நமக்கான அபத்தங்களை மட்டுப்படுத்திட வேண்டுமென்றால், பொறுப்புக்களைப் பெறும்போதோ அல்லது மற்றவர்களிடம் ஒப்படைக்கும்போதோ, இவற்றை நாம் கவனத்தில் கொண்டாக வேண்டும். நம்மில் ஒப்படைப்பு செய்யப்பட்ட காரியத்தைச் செயல்படுத்த முடியாமல் போனாலோ, அல்லது நாம் பிறரிடம் ஒப்படைத்த காரியத்தை அவர்கள் முடிக்காது போனாலோ, மனவருத்தம் கொள்வதுடன், மன அழுத்தத்திற்கும் ஆளாவோம் என்பதையும் நாம் மறக்கக்கூடாது. எனவே, பொறுப்புக்களை ஒப்படைக்குமுன் நன்றாகவே ஆலோசித்துச் செயல்படவும். இதற்குப் பொது அறிவே போதுமானதாகும்.

வெளிப்படைத் தன்மை அல்லது மனம் திறந்து பேசுவது, என்பது முதலில் கொஞ்சம் வருத்தத்தை ஏற்படுத்தலாம். பின்னர் அதுவே உங்கள் மரியாதையையும், கௌரவத்தையும் நன்றாகவே பலப்படுத்திவிடும். உங்கள் மன அழுத்தத்திற்கு மட்டுமல்ல, மற்றவர்கள் மட்டிலான மன அழுத்தத்தையும் வெகுவாகக் குறைத்திடச் செய்யும்.

இந்த நிலைப்பாட்டை/ஏற்பாட்டை/கொள்கையைக்

குறைந்தபட்சம் 180 நாட்களுக்காவது அமுல்படுத்தி வரவும். தேவைப்பட்டால், கனவில் தோன்றுவதையும் சரி செய்து கொள்ளவும். அதாவது, உங்கள் முதலாளி அல்லது உங்கள் உயர் அலுவலர் ஒரு காரியத்தை உங்களிடம் நேரடியாக ஒப்படைக்கும்போது, அதைத் தட்டிக்கழிக்காமல், "ஆம்", "சரி" என்றே நீங்கள் சொல்லவேண்டிய நிலை உண்டாகும்.

"இல்லை" என்ற சொல் இறுதியாகச் சொல்லப்படவேண்டிய பதமாகும். இன்னும் ஒருசில சமயங்களில் அந்த வார்த்தை தேடவியலாமல் காணாமலே போய்விடுவதுண்டு. இவ்வுலகில் பெரும்பாலான பிரச்சினைகளுக்கு அந்தச் சொல்லே அடிப்படைக் காரணமாக விளங்கி வருகின்றன.

இன்று மது அருந்த நீங்கள் முடிவெடுத்தால், நாளைய தினம் மன அழுத்தத்தில் மாட்டுகிறோம் என முடிவு கண்டதாகவே அர்த்தமாகும். ஒரு 'இல்லை' என்ற வார்த்தையை தக்க தருணத்தில் உச்சரித்துப் பாருங்கள், மகிழ்ச்சி தானே தஞ்சமடைந்துவிடும். இந்த மகிழ்ச்சி உங்களுக்கு மட்டுமல்ல, உங்களது பிரியமானவர்களுக்கும் சேர்த்துத்தான். அதே சமயத்தில், நீங்கள் 300 "இல்லை" (வேண்டாம்) தவிர்த்தால், ஆண்டுக்கணக்கில் போதையில் மிதக்கவும், மன அழுத்தத்தில் சிக்கிக் கொள்ளவும் ஆளாவிர்கள்.

இன்னும் சொல்லப்போனால், தெளிவான மற்றும் விளக்கமான ஒரு "இல்லை", பல நூறு தலைவலிகளை காப்பாற்றிடவியலும்.

நாம் அனைவருமே "இல்லை" என்ற சொல்லை மிகச் சாமர்த்தியமாகச் சொல்லக் கற்றுக் கொள்ள வேண்டும்.

சில நேரங்களில் 'இல்லை' எனச் சொல்வது ரொம்பவே கடினம் தான்; தர்மச்சங்கடந்தான். ஆனால், நீங்கள் ஒரு நேர்த்தியானவர் – நல்லவராக இருக்க விரும்பினால் வேறு மார்க்கமில்லை. சொல்லவும்.

15. "நன்றியையும்" "வருத்தத்தையும்" சொல்லக் கற்றுக் கொள்ளவும்.

நன்றி நவிலல்.

நம்மில் பெரும்பாலோர் 'நன்றி' மற்றும் 'வருந்துதல்'/"மன்னிப்பு" ஆகிய சொற்களை எந்த மொழியினராகட்டும், பயன்படுத்த ரொம்பவே கஞ்சத்தனம் காட்டி வருவதை வெகு இயல்பாகவே காணலாம். இந்த வார்த்தைகளைப் பொருத்தமட்டில் ஒவ்வொருவரும் கூறுபோடும் அலுவலராக நடந்து கொள்கின்றனர். யதார்த்த வாழ்க்கையில், எந்தக் கருவியையும் மிகத் திறமையாகவே பயன்படுத்த வேண்டும். "நன்றி" மற்றும்"வருத்தம்" போன்ற கருவிகளைத் திறமையாக நாம் பயன்படுத்த வேண்டும் என்பதுடன், மிக நாகரீகமாகவும், மிக நளினமாகவும், நமக்கே உரித்தான பொது அறிவோடுதான் கையாளப்பட வேண்டும்.

நான் பொது அறிவு எனக்குறிப்பிட்டதன் காரணம் இதற்காக அண்ணா பல்கலைக் கழகத்தில் நீங்கள் பி.இ. பட்டமோ, வி.ஐ.டியில் கலைக் கழகத்தில் எம்.பி.ஏ. பட்டமோ பெற்றிருக்கத் தேவையில்லை. உங்களின் எதிராளிகளின் காலனிகளில் பதியும் வண்ணம், உணர்வு பூர்வமாக ஏற்றுச் செயல்பட வேண்டும் என்பதே அதன் அர்த்தமாகும்.

நன்றி மற்றும் வருத்தம் என நான் குறிப்பிட்ட வார்த்தைகளை, மனப்பூர்வமாக உணர்ந்து கொண்டுதான், உரிய தருணத்தில் வெளிப்படுத்த வேண்டும். ஒரு நாள் கடந்து அனுப்பிய பிறந்த நாள் வாழ்த்து மடல் சென்ற மாதத்து நாளிதழுக்குச் சமமாகும். எனது உயர் அலுவலரிடம் அவரது அறையில் அமர்ந்து பேசிக் கொண்டிருந்தபோது, அவரது நேர்முக உதவியாளர் புத்தாண்டு வாழ்த்து அட்டைகளை ஜனவரி 5ந் தேதி கொண்டு வந்து மேஜையில் வைத்தார். என்ன இது எனக் கேட்காமலே அந்த உயர் அதிகாரி, அவற்றை அப்பால் தள்ளி வைத்துவிட்டார். அவரது கண்ணியமான செய்கையை நான் நன்குபுரிந்து கொண்டேன். காலம் கடந்துவிட்டது, புத்தாண்டு

பெருமகிழ்ச்சியும் பறந்தோடிவிட்டது. விழாக் கால வாழ்த்து அட்டைகள், ஒரு நாள் தாமதத்தைவிடப் பல நாள் முன்னதாகச் செய்வது உள்ளபடியே நலம் பயக்கும்; மகிழ்ச்சியைத் தருவிக்கும்!

நம்மில் பலர் நன்றி அல்லது வருத்தம் ஆகியவற்றைச் சொல்வதில் தயக்கம் அல்லது வெட்கம் காட்டி வருகின்றனர். உரிய நேரத்தில் சொல்லியாக வேண்டியவற்றைச் சொல்லாது போவதென்பது மாபெரும் தவறாகும். இதற்காக நல்ல தருணத்தை எதிர்நோக்குவதும் தப்பான செயலாகும். “பரவாயில்லை” (Better) என்பதன், பரம எதிரியான “பிரமாதம்” (Best) மீது கவனம் காட்டிட வேண்டாம்.

நன்றியறிதலுக்கான இதயமென்பது அருங்குணம் மட்டுமல்ல, இதர நற்குணங்களின் தலையாய குணமாகும். இந்தப் பேருண்மையைத் தயவுசெய்து மறந்துவிட வேண்டாம். தவிர நன்றி என்பதுகூட ஒரு முறையில் பார்த்தால் அதுவும் ஒரு சின்னக் கூலியாகும் என்பதையும் மறந்துவிட வேண்டாம். யாரிடமாவது ஒப்படைக்கப்பட்ட வேலையை அவர்கள் செய்து முடித்த கையோடு, அவருக்கு கூலி வழங்கியதுடன், “போனஸ்” தொகையாக இந்த நன்றியினையும் நவில வேண்டும். உங்களுக்கான மரியாதை நிதானமாக, ஆனால், நிச்சயமாக, வளர்ந்து கொண்டே போகுமென்பதில் ஐயமில்லை.

சில ஆண்டுகளுக்கு முன்னர், சிங்கப்பூர் விமானத்தில் பயணம் செய்தேன். அங்கே பணிப் பெண்கள் நம்மை அணுகிப் பேசும் ஒவ்வொரு முறையும் “நன்றி” எனச் சொல்லிக் கொண்டே இருந்தனர். இது என் காதில் ஒரு சடங்காகவே தென்பட்டது. எனவே, உருப்போட்டு உரைப்பது போல் இவற்றை உச்சரிக்க வேண்டாம், உள்ளார்ந்த உணர்வுடன் உரைக்கவும். மென்மையான புன்னகை, கண்களில் ஈரக்கசிவு, அப்படியே இருக்கட்டும். இல்லையெனில், அதாவது எந்திரகதியில் என்றால், மற்றவரை மட்டுமல்ல உங்களை நீங்களே முட்டாளாக்கும் முயற்சியாகிவிடும். நாம் பிறவி நடிகர்கள் அல்லவே. வருத்தம் அல்லது மன்னிப்பிற்கும் இதே பாணிதான்.

முன்பு நன்றி மடல்களை உடனடியாகவே வரைந்தனுப்புவேன், இப்போதெல்லாம் அலைபேசி மூலம் சமர்ப்பிக்கின்றேன். சங்கப்

வெல்வதற்கே பிறந்தோம்

பணிகளில், துறைத் தலைவர் எனது கோரிக்கையை நிறைவேற்றிய வுடனே, முதலில் நன்றி மடல்களை அனுப்பிவிட்டு, பின் நேரில் சென்று அவருடன் பங்கேற்பேன். எனது இச்செயல் நீண்டகால பயன்களை ரொம்பவே வாரி வழங்கி வந்தன. சுமார் இருபது ஆண்டுகளுக்கு முன்னர், கூட்டுறவு பதிவாளராக இருந்த ஆச்சார்யலு, இ.ஆ.ப., ஒரு ரகசிய சுற்றறிக்கையை அனுப்பியிருந்தார். அதில் கூட்டுறவு சார் பதிவாளர்கள் மீது குற்றவியல் வழக்குகள் தொடர்வதை நிறுத்திவைத்தும், ஆணைகள் பிறப்பித்திருந்தார். ரகசியம் என்ன என்ற போதிலும், பணியாளர் அமைப்பின் தலைவர் என்ற வகையில், அவரைப் பாராட்டி நன்றியினை நல்கி ஒரு விரிவான மடலை அனுப்பியிருந்தேன். பின்னர் எங்களது மாநில மாநாட்டில் அமைச்சர்களின் முன்னிலையில் அவரே எனக்குப் பாராட்டுரை வாசித்தார். ஒரு "நன்றி" எனக்குப் பல வாய்ப்புக்களை வழங்கின.

நீங்கள் ஒரு விற்பனையாளராகவிருந்தால், "நன்றி", என்பது இரு சொற்களைவிட மேலானது! சக்தி வாய்ந்தது. தனக்கான வாடிக்கையாளர்கள் மட்டில் நல்லுறவைப் பேண வேண்டுமென்றால், நீங்கள் இந்தச் சொல்லை அடிக்கடி பயன்படுத்தியே ஆகவேண்டும். , மக்கள் யாரை விரும்புகிறார்களோ அவர்களிடத்தே வியாபாரம் செய்ய ஆவல் கொள்வார்கள் என்பதை நீங்கள் இங்கே மறந்துவிட வேண்டாம். பெரும்பாலான விற்பனையாளர்களுக்கென்று குறியீடு நிர்ணயம் செய்யப்பட்டிருக்கும். அதனை எய்திட அவர்கள் கடுமையாகவே உழைத்தாக வேண்டும். இந்த 'நன்றி' அவர்களுக்குப் பெரிதும் துணை நிற்கும், மன அழுத்தமும் காணாமல் போயிருக்கும்.

உங்கள் வாடிக்கையாளர்களுக்கு நன்றி சொல்வதற்கு இங்கே பலவழிகள் உள்ளன. ஒருசில வரிகள் கீழே தரப்பட்டுள்ளன. அதனை முயற்சிக்கவும். இல்லையேல் நீங்கள் புதியவற்றைக் கண்டுபிடித்துப் பயன்கொள்ளவும்.

அ. உங்கள் வாடிக்கையாளரிடமிருந்து ஒரு ஆர்டர் கிடைத்தவுடனே, அது சிறியதாக இருந்தாலும், நீங்கள் எப்போதுமே நன்றி தெரிவிப்பீர்களா?

ஆ. நீங்கள் வியாபாரத்தை மூடாதிருக்கும்போது, உங்களுக்கென்று

அவர்களுக்கான அவகாசம் அளித்தால், அதற்கென நீங்கள் நன்றி சொல்வீர்களா?

இ. உங்களை, உங்கள் வணிகத்தை, உங்கள் சேவை பற்றி உங்கள் வாடிக்கையாளர்கள் மற்றவர்களிடம் பரிந்துரை செய்தால், அதற்காக நீங்கள் அவர்களுக்கு நன்றி சொல்வீர்களா?

ஈ. உங்கள் வாடிக்கையாளர் எவருடானாவது, உங்கள் வணிகம், பொருட்கள், விற்பனையை உயர்த்துதல் போன்றவற்றைக் கலந்துபேசி உரிய அறிவுரைகள் பெறுதற்காக நீங்கள் நன்றி தெரிவித்ததுண்டா?

உ. உங்கள் வாடிக்கையாளர்களுக்கு நீங்கள் பிறந்த நாள், மணநாள் வாழ்த்தட்டைகள் அனுப்பி, அவர்களுடன் பரஸ்பர உறவையும் நம்பிக்கையையும் வளர்த்துக் கொள்ளும் வகையில் நடந்ததுண்டா?

ஊ. வணிகர் அமைப்புக் கூட்டங்கள் மற்றும் வணிகர் சங்க மாநாடுகளில், வணிக முன்னேற்றத்திற்கென நல்ல கருத்துக்களைத் தெரிவு செய்த பேச்சாளருக்கு நன்றி தெரிவித்ததுண்டா?

ஏசு பெருமகனார் பன்னிரெண்டு தொழு நோயாளிகளைக் குணப்படுத்தியபோது ஒரேயொருவன் மட்டும் அவருக்கு நன்றிதெரிவித்தானாம். இந்தக் கலியுகத்தில் ஆயிரத்தில் ஒருவர் இருந்தாலே ஆச்சரியம்தான்! நீங்கள் அந்த பன்னிரண்டுபேரில் ஒருவரா? அல்லது ஆயிரத்தில் ஒருவரா? என எப்படியிருக்க விரும்புகிறீர்கள்? நன்றாகவே யோசிக்கவும். நான் இந்த விடயத்தில் முற்றிலும் சரியாகவே இருக்கிறேன் எனச் சொல்ல முடியாவிட்டாலும், மானிட பலவீனங்களையும், குறைகளையும் நான் நன்கு புரிந்து வைத்துள்ள காரணத்தால், இந்த 'நன்றி', 'வருத்தம்' ஆகியவற்றைச் சரியான தருணங்களில் பயன்படுத்தி வருகிறேன். இதனால், எனக்கான மனஅழுத்தத்தை முற்றிலும் விரட்டியடிக்கிறேன்.

நீங்கள், உங்கள் நன்றியறிதலை வெளிப்படுத்தும்போது, வார்த்தைகள் 10 விழுக்காட்டையும், உங்களது கண்கள் தெரிவிப்பது 20 விழுக்காட்டையும். உங்கள் தலை தெரிவிப்பது 30 விழுக்காட்டையும், பின் உங்கள் இதயத்திலிருந்து வருவது 40 விழுக்காடாகவும் இருக்க வேண்டும்.

16. மன்னிப்போம்... மறப்போம்....!

நான் மகிழ்ச்சியுடனே இருக்க விரும்புவதால், நான் ஒரு சுயநலவாதியாகவே காட்சி தருவேன். இதுவே எனது கேடயமாகிவிட்டதால், நான் மன்னித்து, மறந்து வாழவே நிற்கிறேன். இது மந்தமான மற்றும் தாமதச் செயல்பாடாகும், நடவடிக்கையாகும். நேருக்கு நேராகப் பார்க்கையில், இது நன்றாகவே இருக்கும். ஆனால், ஒவ்வொருவரையும் இது குருடாக்கிவிடும். இது சரியானதுதானா? ஒரு சில இனங்களில் இது முற்றிலும் அவசியமே. இதனால், ஏற்பட்ட தவறுகள் மீண்டும் நிகழா வண்ணம் பாதுகாப்புபெற இது தவிர்க்க முடியாத அவசியமான காரியமாகிறது. இதில் ஒவ்வொருவரும் அவரவர் முடிவை பொருத்தே செயல்படலாம். நினைவாற்றல் பாராட்டக்குரியதே. அனால், அதேநேரத்தில் மறந்து, மன்னிப்பதென்பது மேன்மையானதும், பாராட்டக்குரியதும்கூட.

பழிவாங்குதல் என்பது நாயை நாம் கடிப்பதற்கு ஒப்பாகும். ஏனென்றால், நாய், நம்மைக் கடித்துவிட்டதால். இங்கே நீங்கள் ஒன்றை மறந்துவிடக் கூடாது என்பது மட்டுமல்ல, மீண்டும் நீங்கள் இடிபடாமல் இருப்பதில் கவனம் காட்டுவதும் அவசியமாகும். தவிர, மீண்டும் இடிப்பதற்குமுன், அந்த நிகழ்வின் மூலம் ஒரு பாடத்தை நீங்கள் கற்றறிவது முக்கியமாகும். இப்போது நீங்கள் கோபக்கனல் கொண்டு ஒரு வினாவைத் தொடுப்பீர்கள். அதாவது, மற்றவர்களிடம் மன்னிக்கும் மனப்பான்மை இல்லாதபோது, எனக்கு மட்டும் ஏன்?. நல்ல வினாவேதான், மறுப்பதற்கில்லை. உங்களது காதுகளிலே நீங்கள் மூழ்கி கொதியில் வெந்துபோக நினைக்கிறீர்களா? நல்லது... அப்புடியே முயலுங்கள். நான் முன்னரே தெரிவித்தபடி, என்னைப் பொருத்தமட்டில், நான் ஒரு சுயநலவாதியேதான். நான் என்றும் சந்தோசமாகவே இருக்க விரும்புபவன். எனவேதான், அற்ப விஷயங்களில் என்னை நானே வருத்திக்கொள்ள ஆசை கொண்டதேயில்லை.

ஒன்றை மீண்டும் இங்கே சுட்டிக்காட்ட விழைகின்றேன். உங்கள் நண்பர்களை மன்னிக்கத் தவறினால், ஒரு கட்டத்தில் உங்கள் பக்கம்

எந்த நண்பருமே இருக்க மாட்டார்கள். நீங்கள் ஒரு வணிகராவிருந்தால், உங்கள் பக்கம் எந்த வாடிக்கையாளரும் வரமாட்டார்கள். இதுபோன்ற நபர்களை நான் நன்கு அறிவேன். பலர் தங்களுக்கு இழைக்கப்பட்ட கெடுதல்களை மறுத்தளித்து அவை தொடரா வண்ணம் கவனம்காட்டி நிற்பதுண்டு. இன்னும் சொல்லப்போனால், தங்கள் பெற்றோர்களைகூட மன்னித்து, மறந்து நடக்காத பெருந்தன்மை கொண்ட பிள்ளைகளும் உண்டு. இதைப்போலவே தங்கள் பிள்ளைகளை மன்னித்து மறந்து போகாத பெற்றோர்களும் உண்டு.

மன்னித்தல் என்பது

எப்பவாவது நடக்கும்
செயல் அல்ல, அது
என்றுமே எப்போதுமே
உள்ளடங்கி இருக்க வேண்டிய
நிரந்தரப் பணியாகும்.
–மார்ட்டின் லூதர்கிங்

இங்கே உங்களது பொது அறிவிற்கு உங்களுக்கான வழிகாட்டி நூலாகும். அதன் பேரொளியின் துணையால், நீங்கள் மகிழ்ச்சியை கண்டிடலாம். பொது அறிவு என்பது நமக்கான பாதுகாப்புக் கேடயமாகும். நம்மைச் சூழ்ந்துள்ள கற்கள்கூட நம்மை வருத்தாத அளவிற்கு அது நம்மைத் தற்காத்துக் கொள்ளும் வல்லமை கொண்ட ஆயுதமாகும். மறப்போம், மன்னிப்போம் எனும் சீரிய பழக்கத்தைவிட, பழிவாங்கும் வேட்கை உங்களுக்கு ரொம்பவே தீங்கைத் தந்துவிடும். எனவே, பெர்மனஸ் என்ற ஞானியின் இந்தத் தத்துவத்தைப் பின்பற்றி நடந்திடவும், "சந்தோசம் என்பது நல்ல உடல் நலத்திலும், மோசமான நினைவாற்றலில்தான் அடங்கியுள்ளது. மோசமான நினைவாற்றல் மறந்து மன்னிக்கும் பக்குவதற்குத் துணை நிற்கும்.

மன்னிப்புத்தான் மகிழ்ச்சியைத் தருவிக்கும். மன்னிக்கவும், பின் மறக்கவும். இது ரொம்பச் சுலபமே! ஆனால் நாம் அனைவருமே

சுலபமான காரியங்களை நாடுவதில்லை, செய்வதும் இல்லை. வெற்றியை ஈட்டிய பின்னர், நமது வாழ்க்கையைச் சிக்கலில் மாட்டிக் கொள்ளவே நாம் முனைப்புக் காட்டி நிற்கிறோம். இதர காரியங்களில் முடிவு காண்பது போல் தான் மன்னித்து மறப்பதென்பதும் ஒரு தீர்மான முடிவாகும். யாருமே இதனை ஒரு நொடியிலேகூட எடுக்கலாம் அல்லது ஆண்டுக் கணக்கில் சோதனைகளைச் சந்தித்து வேதனைகளைத் தாங்கி நெஞ்சம் வெடித்தும் எடுக்கலாம்.

முடிவும் வாய்ப்பும் உங்கள் மட்டில்தான். மற்றவர்களை மன்னித்து ஏற்றுக் கொள்வதென்பது சாதாரண விஷயமே இல்லை. அதில் ஐயப்பாடே கிடையாதுதான். ஆனால் நடந்து முடிந்த காரியங்களின் மீதான, இலாப நட்டக் கணக்கை ஒவ்வொருவரும் கணக்கில் எடுத்துக் கொண்டு சீராய்வு செய்வது மிகவும் அவசியமாகும். இங்கே ஒரு உண்மையை ஒப்புக்கொள்வதில் தயக்கமோ, தடுமாற்றமோ இல்லை. என்னிடம் கடுமை காட்டியவர், என்மீது புறங்கூறியவர், எனது வளர்ச்சியைத் தடுக்க நினைத்தவர், எனப் பல தரப்பட்ட நன்றி கெட்டவர்களை வெகு சுலபத்திலே நான் மன்னித்ததுண்டு. இதனால் எனது இதய வடுக்களை வெளியேற்றுவதற்கு மிக எளிதாய் போயிற்று இல்லையா! ஏனென்றால், நான் எப்பவுமே ஆனந்தத்தில் திளைப்பதில் ஆவல் கொண்டவன். அதனை அடைய வேண்டுமென்றால் இதைத் தவிர வேறு மார்க்கமேயில்லை.

நேற்று நீங்கள்
நன்றி அல்லது வருத்தம்/மன்னிப்பு
சொல்லாது போனால் பரவாயில்லை, அவருக்கான
நல்லதை உடனடியாக உடனடியாகவே
செய்யவும். அதனை
இன்றேனும் சொல்லிவிடவும்.

17. நாணயத்தின் மற்றொரு பக்கம்

உங்கள் கோபத்தை ஆக்க ரீதியில் நிர்வகிக்கவும்.

கோபம் என்பதற்கு ஆங்கிலத்தில் "Anger" என்பார்கள். அவற்றோடு "D" என்ற ஆங்கில எழுத்தைச் சேர்த்தால், அதுவே Danger என்றாகிவிடும். ஒவ்வொரு மனிதனுக்கும் ஏற்படும் உணர்ச்சிகரமான அனுபவங்களில் கோபமும் (Anger) ஒன்றாகும். முழுவதுமாக இல்லாவிட்டாலும், ஓரளவுக்காவது கட்டுப்படுத்தக்கூடிய மனக்கிளர்ச்சிதான் அது. ஒவ்வொரு தனி மனிதனும், தெரிவு செய்து கொள்ள வேண்டிய வாய்ப்பு உண்டு. பல ஆண்டுகளுக்கு முன்னரே சினத்தைக் கையாளும் பக்குவத்தை, வாய்ப்பை நானே தெரிவு செய்து கொண்டேன். என்னை நானே கட்டுப்படுத்தவியலாமல், எப்பொழுதுதெல்லாம் நான் மனநிலையை இழந்து நிற்கின்றேனோ– பின்னர் என்னைச் சுயபரிசோதனை செய்யும் தருணத்தில் என்னை நானே நொந்து கொண்டதுடன், எனது செயலுக்காக நான் வெட்கப்பட்டதுண்டு, வேதனையடைந்ததுண்டு. அதனால் அப்போது ஒரு முடிவெடுத்தேன். அதாவது, எனது தவறுகளிலிருந்து பாடம் கற்றுக்கொள்ளத் தீர்மானித்தேன். இந்த ஒழுங்குமுறை திட்டத்தால் கோபத்தை வென்றதனால், மனம் மகிழ்ச்சியில் திளைத்தன. நான் மனச்சோர்விலிருந்து விடுபட்டு, சந்தோஷத்தை திரட்டினேன். நீங்களும் முயன்று பாருங்கள், கிடைக்கின்ற முடிவு " D" இல்லாத "Anger "தான்.

இராமாயண காவியத்திலிருந்து கோபத்திற்கான ஒரு சிறந்த உதாரணத்தை இங்கே குறிப்பிட விழைகின்றேன். பத்து சிரங்கள் கொண்ட ராவணன், அதிபுத்திசாலி, மிக்க ஞானம் பெற்ற வல்லவன். ஆனால் அவனது வெற்றிகள் யாவும் அவனிடம் அடக்கமான பண்பைக் கொன்றதுமல்லாது, அவனது சீரிய நற்குணங்கள் யாவும் தரைமட்டமாகியல்லாவா சிதைந்துபோனது.

இலக்குவனால் மூக்கறுபட்ட சூர்ப்பனகை தனது அண்ணன் ராவணனிடம் நடந்ததை விவரித்தவுடனே ராவணன் வெகுண்டெழுந்தான். அங்கே அவனது முன்கோபம் அவனை ஆட்கொண்டதால், பின்வரும் மிகச் சின்னக் கேள்விகளைக்கூட கேட்க மறந்துபோனான்.

1. ராமனையும் லட்சுமணனையும் நீ ஏன் சந்திக்கச் சென்றாய்?

2. அங்கே உண்மையிலே நடந்தது என்ன?

3. இது தொடர்பாக அங்கு என்னதான் நடந்தது என ராமனிடமே கேட்பதில் என்ன தவறு?

கோரமான விளைவுகளைத் தவிர வேறொன்றுமில்லை. ராவணன் மடிந்தான். அவன் குடும்பமே காணாமல் போனது. இலங்கை அழிந்து போயின.

எனவே, எனதருமை நண்பர்களே, உங்கள் கோபத்தைக் கட்டுப்படுத்த ஏதுவாக அவ்வப்பொழுது உங்களை நீங்களே சுய பரிசோதனை செய்துகொள்வது மிக அவசியமாகும். ஒரு வரியில் சொல்வதென்றால், நீங்கள் யாராக இருக்க விரும்புகிறீர்கள், ராமனாகவா அல்லது ராவணனாகவா?

ராவணன் வெறுமனே கானகம் சென்று, ராமன் பக்கமுள்ள நியாயத்தைக் கேட்டிருந்தாலே அவனது பூமியில் குருதி வெள்ளம் பாய்ந்திருக்க வேண்டிய நிலையை அவன் தவிர்த்திருக்கலாம். கதையின் (நிகழ்வின்) அடுத்த பக்கத்தை நீங்கள் என்றைக்காவது செவிமடுத்ததுண்டா?

கோபத்தைக் கட்டுக்குள் வைக்க வேண்டுமென நினைப்பவர்கள் எல்லாம் ராவணன் ஒரு உதாரண புருஷன்தான். அவன் மிகப் பெரிய ஞானி, கவரிமான். ராஜதந்திரி. ஆனால், அவனிடத்தில் கொப்பளித்த கோபமே அவனது அழிவிற்கு வித்திட்டதல்லவா! அளவிடமுடியாத சேதம். இலங்கையே காணாமற் போய்விட்டதே. எனவே, நான் சினங்கொள்ளாத ராமனாக நடந்து கொள்ளவே திடம் கொண்டேன். இதற்காகக் கடுமையான முயற்சிகளும் மேற்கொண்டேன்.

சூர்ப்பனகை உருவத்தில் யார் வந்தாலும், அது என் மனைவியோ, பிள்ளைகளோ, எனது காரியதரிசியோ, நண்பரோ, நெருங்கிய

உறவினரோ, கூட்டாளியோ என எவர் வந்தாலும் விசாரிப்பேன். இவ்விடயம் தொடர்பாக கூடுதல் விபரங்களைக் கோருவேன். நான் எவரையுமே எளிதில் நம்பிவிடும் பழக்கமுள்ளவன் என்ற குற்றச்சாட்டும் என்மீது உண்டு. ஆனால், இப்போதெல்லாம் பெருஞ்சினம் கொண்ட ராவணனாக மாறாமல், கொஞ்சம் தாமதமாகச் செல்லவே தீர்மானித்துள்ளேன். நான் ஒன்றும் ராவணன் போன்று அதிகார வல்லமைக் கொண்ட பேரரசனாக இல்லாது போயினும், லாப நட்டக் கணக்கை எடை போடும் வல்லவன்தான்.

ஒரு பணிவான தீக்குச்சியிடமிருந்து கற்றுக் கொள்ளவே நான் முயன்று வருகிறேன். ஒரு தீக்குச்சிக்கு தலையுண்டு! ஆனால் மூளையில்லை. எப்போதெல்லாம் ஒரு சின்ன உராய்தல் ஏற்பட்டாலும் அது பட்டென எரியத் தொடங்கிவிடும். ஆனால் எனக்குத் தலையும் உண்டு; அங்கே மூளையும் உண்டு. எந்த உராய்தலுக்கும் நான் எரியத் தேவையில்லை. எனவே, எனது மூளையைப் பயன்படுத்தி எனது மன அழுத்தத்தை மட்டமாக்கி விடுவேன். நீங்களும் உங்களது அனுபவக் குறிப்புகளுக்கேற்ப, உங்கள் மட்டில் கொப்பளிக்கும் கோபத்தைக் கட்டுக்குள் வைத்துக்கொண்டு, மனஅழுத்தமில்லா வாழ்வை நடத்திக் கொள்ளலாம்.

சமீபத்தில் திருவண்ணாமலையில் ஒரு சுவாமியைச் சந்தித்தேன். பல தொழில் அதிபர்கள் நிறைந்திட்ட சீடர்கள் அவருக்கு உண்டு. பல பேச்சுகளுக்கிடையில், இந்த தீக்குச்சி யோசனையை, அதாவது கோபத்தைத் தடுப்பதற்கான கருவி பற்றிச் சொல்லி, இதனை உங்களது சீடர்கள் பயன்பாட்டிற்கு உதவும் என்றேன். அவரோ, 'இந்த யோசனைக் கருவி முதலில் எனக்குப் பயன்படுமே' என்றார். அனைத்தும் கடந்த சுவாமிக்கு எந்த வகையில் இது பயன்படப் போகிறது என ரொம்பவே ஆச்சர்யத்தில் மூழ்கிப் போனேன். என்னை விலக்கி அவர் பேசினார். “சுவாமியை மக்கள் காலில் விழுந்து வணங்கியும், பலதரப்பட்ட பொருட்களை அர்ப்பணம் செய்வதால், தனக்குத் தானே ஒரு அகந்தையை, ஆணவத்தை தாங்கிக் கொள்ளும் ஒரு பழக்கம் தானாகவே சுவாமியிடம் உருவாகிவிடுகின்றன. தவிர, எல்லாம் அறிந்தவன்தானே

என்ற மேலோங்கிய நினைப்பையும் அவரை அது வளர்த்துவிடுவதாகவும் சொன்னார். ஆனால், அதேநேரத்தில் கோபத்தைப் பற்றியும் குறிப்பிடாமல் போனதில்லை. அவர் மேலும் சொன்னது “கோபம் என்பது ஒரு வகையான கிளர்ச்சிதான். சுயஒழுக்கத்தினாலே இவற்றை வெல்ல முடியுமென்றார்.

கோபத்தைக் கட்டுப்படுத்துவதென்பது அன்றாட தொடர் முயற்சியால் மட்டுமே சாத்யமாகும். ஒவ்வொரு இரவிலும் துயில் கொள்ளப்போகும் முன்பாக, அன்றைய நிகழ்வுகளை அசைபோட்டு ஒரு சுயதணிக்கையை மேற்கொள்ளுங்கள். ஒருவேளை, நான் சினங்கொண்டு கடுமைக் காட்டியிருப்பதாக அறியும்பட்சத்தில், என்னை நானே கடிந்து கொள்வதுடன், மானசீகமாகவே என் கன்னத்தில் நானே அறைந்துவிடுவதும் உண்டு! இனியும் இவ்வாறு நிகழா வண்ணம் எச்சரிக்கை கொள்வதற்கான சபதத்தையும் ஏற்படுத்திக் கொள்வதும் உண்டு. அனுபவமே ஒருவனைச் சிறந்த ஆசானாக்கும். பல்வேறு சோதனைகளைத் தாங்கி, பத்திரிகை உலகின் புலனாய்வுப் புலியான எனது ஆசான் நக்கீரன் கோபால் அவர்கள் சொல்வார்கள், “உங்கள் கோபம் பத்து நிமிடங்கள் என்றால், நீங்கள் இழக்கும் சந்தோசம் ஆயிரம் மடங்காகும்” இது யோசிக்க வேண்டிய அம்சம்தானே!

நமக்கான பிரச்சினைகள் கூடிக்கொண்டே போனால், நாம் கோபத்திற்கு ஆளாகி விடுகிறோம். பின்னர் அதுபற்றியே சிந்தனையில் மூழ்கி நமது கட்டுப்பாட்டிலிருந்து வெளியேறிச் செல்ல வேண்டிய சூழலும் உருவாகி விடுகின்றன. இங்கே எனது நண்பர் ஒருவர் பிரச்சினைகள் குறித்து எனக்குப் போதனை செய்வது இதுதான்: பிரச்சனைகளே இல்லாதவர் யாரெனில், ஒருவர் கல்லறையில் நிரந்தரமாக துயில் கொண்டிருப்பவர்; மற்றவர் இந்த மண்ணில் பிறக்காதவர்தான். பிரச்சினைகள் வாழ்வின் அடையாளங்களே. அவர் மேலும் சொன்னது, பிரச்சினைகளிலிருந்து விடுதலை வேண்டுமென, இறைவனிடம் வேண்டுவதற்குப் பதிலாக, இறைவா, பிரச்சினைகளைத் தாருங்கள். அதே தருணத்தில் அவற்றைத் தீர்வு காணும் மார்க்கத்தையும் அதற்கான ஞானத்தையும் அருளுங்கள் என வேண்டலாம்.

குந்திதேவி, கிருஷ்ணரிடம் இப்படி ஒரு வேண்டுகோள் வைத்தாராம். "கண்ணா, உன்னை நான் மறவாதிருக்க வேண்டுமெனில், என்னைத் துன்பக் கடலிலே நீந்தச் செய்!"

நாம் குந்திதேவியல்ல, சாதாரண மானிடர்தான், துன்பங்களிலிருந்து விடுதலைபெற வேண்டுமெனில், என்னைக் கோபத்திலிருந்து வெளியேற்றுவாய், என வேண்டுதல் வைக்கலாம்.

18. மென்மையைப் பேணவும்

திரௌபதி தெரிவித்தாள் "குருடனுக்குப் பிறந்தவன் குருடனாகத்தான் இருப்பான்" இந்த வாக்கியந்தான் கௌரவர்களுக்கும், பாண்டவர்களுக்கும் மத்தியில் பெரும் பேதங்களைத் தோற்றுவித்தன. அவ்வார்த்தை பல குடும்பங்களை ரொம்பவே காயப்படுத்தி வதைத்தும் விட்டன. இதன் விளைவுதான் மகாபாரதம். இப்போது சொல்லுங்கள் நண்பர்களே! ஆரம்ப கட்டத்திலே திரௌபதி இதை ஏன் சொன்னாள் என்பது எனக்குத் தெரியாது, ஒன்றை மட்டும் நான் சொல்வேன்; அவள் அறிவாளியாக இருந்திருக்க வேண்டும், அல்லது திமிர் கொண்டவளாய் இருந்திருக்க வேண்டும். அவள் சபையில் மன்னிப்பையாவது வேண்டியிருக்க வேண்டும்.

இது ஒவ்வொரு நாளும் பணிமனைகளில், அலுவலகங்களில் மற்றும் இல்லங்களிலும் நடந்து கொண்டுதான் இருக்கின்றன. கூட்டுக் குடும்பங்கள் பிரிவைச் சந்திக்கின்றன.

நடுநிலை கொள்வதென்பது கடினமான காரியமாகும். அரசுத் துறையில் 35 ஆண்டுகள் பணியாற்றிய அனுபவத்தில் சொல்கிறேன். நடுநிலை வகிப்பதென்பது இயலாத ஒன்றாகும். ஒரு நிமிட சுயகட்டுப்பாடு ஓராயிரம் முதல் பத்தாயிரம் வரையிலான மன அழுத்தமில்லா நிமிடங்களைக் காப்பாற்றிக் கொள்வதெனலாம். மவுனமே சிறந்த மார்க்கமாகும்.

பல ஆண்டுகளுக்கு முன்னர் எனது மகன் தங்கசாமி சொன்ன ஒரு கதை என்னைக் கட்டுப்படுத்துவதற்கான தூண்டுகோலாய் இருந்தது.

முதலாளி: ஒருசில தருணங்களில் உங்கள் வாடிக்கையாளர்களில் ஒருவர் உங்களிடம் பண்பாடற்ற திமிராகவே நடந்து கொள்கிறார். அதுபோன்ற சூழ்நிலையில் உங்களது எண்ணம் எப்படியிருக்கும்? எவ்வாறு நடந்து கொள்வீர்கள்?

இளைஞன்: (முப்பது நொடிகள் மவுனத்திற்குப்பின்) சார்! வாடிக்கையாளர் என்பவர்தான் இலாபம் தருபவர். மற்றவை எல்லாமே

செலவினந்தான். முதற்கட்டமாக என்னிடம் திமிராக நடப்பதற்கு முன்னரே ஒன்றுக்கு இரண்டு முறை அவரை யோசிக்க செய்துவிடுவேன், அதையும் மீறி அவர் அவ்வாறு நடந்து கொண்டால், அதனை அப்படியே தாங்கிக் கொள்வேன். நான் கேள்விபட்ட கதையில் வருவது போன்று பதிலுரைக்க மாட்டேன்.

முதலாளி: என்ன அந்தக் கதை?

இளைஞன்: ஒரு தந்தையும், மகனும் ஒருமுறை ஒன்றாகப் பேருந்தில் பயணம் செய்து கொண்டிருந்தனர். பேருந்து நடத்துநரிடம், "தலைமைச் செயலகம் வந்தால் சொல்லவும்" எனத் தந்தை கேட்டுக் கொண்டார். நடத்துநரிடமிருந்து வந்த பதிலோ, ரொம்பத் திமிராகவும் அவரை அவமானப்படுத்தும் விதமாகவும் அமைந்திருந்தன. இதைக் கண்ணுற்ற மகன், "அந்த ஆள் என்னமாய்த் திமிராப் பேசுகிறார், நீங்கள் அவருக்கு தக்க பதிலை, அதாவது நடத்துநரின் பாணியிலே ஏன் நீங்கள் பதில் உரைக்கவில்லை?" எனக் கேட்டான். தந்தை அமைதியாக, வெகு நிதானமாகச் சொன்னார், "அந்த நடத்துநரின் குணாதிசயம் அப்படி, அவர் வளர்ந்த விதம் அப்படி, அவரிடமிருந்து கண்ணியமான பதிலை எப்படி எதிர்நோக்க முடியும். மகனே!. நான் பண்பட்டவன் எதையும் தாங்கும் பக்குவத்தையும் நல்ல முதிர்ச்சியையும் கொண்டவன். அதற்கு ஒரு நொடிபோதும் எனக்கு!. ஐயா அவர்களே, அனுபவ முதிர்ச்சி கொண்டவர்போல் நடந்து கொள்வேன், அவரது திமிர் பேச்சை சகித்துக் கொள்வேன்.

முதலாளி: இதைத் தவிர...?

இளைஞன் எதிலாவது விளங்கவில்லையென்றால், தங்களை நாடி வருவேன். காரணம் நிர்வாகத்தின் நன்மை கருதி, மோசமான தவறுகளைச் செய்வதைக் காட்டிலும் மோசமான கேள்விகளை எழுப்புவதில் தவறில்லைதானே!

முதலாளி: போதும், என்றைக்குப் பணியில் சேருகிறீர்கள்?

இளைஞன்: இன்றைக்கே..! ஏன் இக்கணமே!

நீதி உங்களை அவமானப்படுத்தியவர் தரத்தில், உங்களைத் தரம் தாழ்த்திக் கொள்ள வேண்டாம், உச்சத்திலேயே இருங்கள். அங்கு

எந்தக் கற்களும் உங்களைக் காயப்படுத்திடவியலாது.

எப்பொழுதெல்லாம் நாம் கோபம் கொள்கிறோமோ அல்லது திமிராக நடந்து கொள்கிறோமோ, அந்தச் சமயத்தில் உதிர்த்த வார்த்தைகள், திரும்பி வராத அம்புகளுக்கு ஒப்பானதாகும். அவைகள் நமக்கு மனச் சஞ்சலத்தையும், முடிவில் மன அழுத்தத்தையும் தருவித்துவிடும். உண்மையைச் சொல்லப்போனால், மானிட குறைபாடுகளினாலே நாம் ஒவ்வொருவரும் காயப்படுத்தப்படுகிறோம். மற்றவர்களை விமர்சிக்கும் முன்பாக உங்களை தெளிவாக்கிக் கொள்ளவும்.

அர்த்தமற்ற குற்றச்சாட்டுகள் அல்லது குற்றங்கண்டு குமுறுதல்கள் போன்றவைகள் பிரச்சினைகளையே தோற்றுவிக்கும். இவையெல்லாம் பொறாமையால் விளைவதுதான். எவரை நோக்கி குற்றம் கண்டு உங்கள் ஆட்காட்டி விரலை நீட்டும்போது, உங்களை நோக்கி எஞ்சியுள்ள மூன்று விரல்களும் சுட்டிக்காட்டும் என்பதை நினைவில் கொள்ளவும். இங்கு அக்பர்–பீர்பால் கதை மிகப் பொருத்தமான ஒன்றாகும்.

மொகாலாயச் சக்ரவர்த்தியான அக்பர், தனது பிரதான மந்திரியான பீர்பாலிடம், தனது படத்தை வரைந்து தரும்படி கட்டளையிட்டார். அக்பரின் அரசவையில் இவர் போன்று ஒன்பது அமைச்சர்கள் ஆலோசர்களாக நியமிக்கப்பட்டிருந்தனர். இவர்களில் ஞானத்திலும், நகைச்சுவையிலும் பீர்பாலே சிறந்தவர். அரசரின் கட்டளையை ஏற்று ஆறே நாட்களில் படத்தை வரைந்து மன்னரிடம் காட்டினார். அவரும் அதனைக் கண்டு பேரானந்தம் கொண்டார். பின்னர் தனது பிற அமைச்சர்களிடம் அதனைக் காட்டி, அவர்களது விமர்சனங்களைக் கோரினார். ஒவ்வொருவராக வந்து, பீர்பால் வரைந்த படத்தின் மீது வெறும் புள்ளிகளை மட்டுமே விட்டுச் சென்றனர். அதாவது அந்தப் படத்தில் இந்தப் புள்ளிகள் இடம் பெற்றிருந்தால், படம் மேலும் பொலிவு காட்டும் என்பது அவர்கள் கொண்டிருந்த கருத்தாகும். இவர்கள் இட்ட புள்ளிகளினால் படம் பூசப்பட்டது போன்று காட்சியளித்தது. இதைக் கண்ணுற்ற அக்பர் நொந்துபோய், பீர்பாலை

அழைத்து அவரது கருத்தைக் கேட்டார். ஒரு கணம் யோசித்த பீர்பால், எட்டு வெறுமையான கேன்வாசுகளை கொண்டுவரச் செய்து, அவற்றில் சக்கரவர்த்தியின் உருவத்தை படமாக்கித் தர அவர்களை வேண்டினார். எவருமே முன்வரவில்லை. சலிப்புற்ற சக்ரவர்த்தி முணுமுணுத்தார்.. "வெறும் புள்ளிகள்தானே" (Dot-ers) எனச் சொன்னார்.

மற்றவர்கள் செய்யும் தவறுகளை நீங்கள் விமர்சிக்கலாம். எப்போதெனில், அதில் நீங்கள் விற்பன்னராக இருந்தால் மட்டுமே! இல்லையெனில். வெறுமனே பார்வையாளராக இருந்துவிடவும். ஒன்றை மறந்துவிடாதீர்கள். எப்போதெல்லாம் விமர்சனங்களைத் தொடுக்கின்றீர்களோ, அங்கே நீங்கள் எதிரிகளைச் சம்பாதிக்கிறீர்கள் என்றாகிவிடும். உங்கள் தவறுகளை நீங்களே ஒப்புக்கொண்டு, அதற்காக எப்பொழுது நாணித் தலை குனிகிறீர்களோ, அங்குதான் உங்கள் உண்மையான வலிமை (திறன்) படுக்கை போட்டுள்ளது எனப் புரிந்து கொள்ளலாம்.

குற்றம் காண்பவருக்கு (CYNIC)
ஒவ்வொன்றின் விலையும் தெரியும்,
ஒன்றுமில்லாதவற்றின்
மதிப்பையும் அறிவார்.

19. எளிமையைப் பேணவும்

அபத்தமான சுகங்களை எளிமையான சுகங்களாக மாற்றிக் கொள்ளவும்.

எனக்கு நரைகள் கண்டுள்ளதால், (வயதாவதாலும் இருக்கலாம்) நான் அனுபவ முதிர்ச்சி (ஞானம்) கொண்டவராக எண்ணிக் கொள்கிறேன். இந்த எண்ணங்கள் என்னில் எப்படி ஏற்படுகின்றதென் றால், அதற்கு என் ஆருயிர் மனைவிதான் காரணமாகும். அவள் உங்கள் வயதை உற்றுநோக்குங்கள் எனச் சொல்லத் தொடங்கி விட்டாள்.

எனினும், எனது வாழ்க்கை வெளிச்சத்திற்கு வந்துவிட்டதை நான் எண்ணிப் பார்க்கிறேன்.

சிக்கலான பிரச்சினைகளுக்குத் தீர்வு காண்பதில் நான் அவ்வளவாக அலட்டிக் கொள்வதும் இல்லை; அக்கறை காட்டிட ஆவல் கொள்வதும் இல்லை. இப்போதெல்லாம் சந்தோசத்தை காணவே ஆவல் கொண்டுள்ளேன். ஏனென்றால், நான் மகிழ்ச்சியடைந்தால், என்னைச் சுற்றியுள்ளவர்களும் மகிழ்ச்சியடைவார்கள்தானே! தவிர, இன்னொன்றிலும் நான் மிகுந்த நம்பிக்கை கொண்டுள்ளேன். என்னைப் படைத்த பரம்பொருளை நான் கண்டறிந்துவிட்டால், மீண்டும் அணுகுவதற்கு இங்கே அனுப்பி வைக்கப்படுவதுடன், இதனால் இந்த மண்ணில் மகிழ்ச்சியை மீண்டும் பரவசச் செய்திடலாம் என்ற பேராசையும் ஒரு காரணமாகும்.

பிரமோத் பத்ரா என்ற நூலாசிரியர் கண்டறிந்தது: "உங்கள் அறியாமை பற்றிய விழிப்புணர்வு வந்துவிட்டாலே, அதுவே ஞானத்திற்கான முதல்படியாகும்" என்று ஆராய்ச்சியின் முடிவை இங்கே உங்களுடன் பங்குபெற நான் பெரிதும் விரும்பியுள்ளேன் (சுகங்களை நிர்வகிப்பது பற்றிய). இதனால் மனஅழுத்தத்தை எப்படியெல்லாம் விரட்டியடிக்க முடியும் என்பதும் அந்த ஆராய்ச்சியின் மற்றொரு அம்சமாகும்.

அந்த ஆராய்ச்சி பற்றி அவர் சொன்னது: "எளிமையான சுகங்கள் மற்றும் அபத்தமான சுகங்கள் என இருவகையான சுகங்களே உள்ளன என நான் முடிவு கண்டுள்ளேன். ஆனால், துரதிர்ஷ்டவசமாக, நாம் அனைவருமே அபந்தமான சுகங்களையே நாடிநிற்கிறோம். அந்த வகையான சுகங்களில்தான் மன அழுத்தம் மண்டிக் கிடக்கின்றன. எனது மகிழ்ச்சிக்காக, அபத்தமான சுகங்களில் நுழைவதைவிட, எளிமையான, சுலபமான சுகங்களையே நாடுவதெனத் தீர்மானித்துள்ளேன்.

இதனை எப்படி விளக்குவீர்கள் என நீங்கள் கேட்பதையும் நான் அறிவேன்.

ஹென்றி போர்டு ஒவ்வொரு வெள்ளி மாலைதோறும், தனக்கு நெருக்கமான ஒரு பூக்கடையில் பூங்கொத்தை வாங்குவதுண்டு. ஒருநாள் பூக்கடை உரிமையாளரிடம், நீங்கள் கடையை நன்றாக நிர்வகித்து வருகிறீர்கள், ஏன் நீங்கள் ஒரு கிளையைத் துவக்கக் கூடாது? எனக் கேட்டார். அதற்குப்பின் என்ன முதலாளி திருப்பிக் கேட்டார். டெட்ராய்ட்டு முழுவதும் கிளைகள் துவக்கலாம்" என்றார். ஹென்றி, அதற்குப் பின் என்ன? என மீண்டும் பூக்கடை உரிமையாளரிடம் கேட்டார். அமெரிக்கா முழுவதும் துவக்கலாம் என்றார் ஹென்றி. "சரி அதற்குப்பின் என்ன" என முதலாளி கேட்டார். மிகக் கோபமாக ஹென்றி சொன்னார் "உங்கள் வாழ்க்கை மகிழ்ச்சிகரமாக இருக்குமே! பூக்கடை உரிமையாளர் திருப்பிச் சொன்னது, "இப்போதும் நான் அப்படித்தானே உள்ளேன்"

வெளிப்படையாகச் சொல்வதென்றால், பெரிய சுகங்களுக்கும், அபத்தமான சுகங்களுக்குமிடையே வேறுபாடு இருக்கத்தான் செய்கிறது. எளிமையான, சின்ன சுகம் மனசிற்கு அழுத்தமில்லாத நிலையை உங்களுக்குத் தருவிக்கும். ஆனால் அபத்தமான (முட்டாள்தனமான) சுகமோ, உங்களுக்கு மனஅழுத்தத்தை வரவழைத்துக் காட்டும். எளிய சுகங்களை அனுபவிப்பது சம்பந்தமாக நாம் நிரம்பவே கற்றுக் கொள்ளலாம், அதுபற்றியும் யோசிக்கவும்.

இந்த எளிமையான, மற்றும் சின்னச் சுகங்கள் பற்றிப் பேச முற்பட்டால், அரசுப் பணியில் பல நிறுவனங்களில் நிர்வாக அலுவலராகப்

குறிப்பிட்ட சூழல்களில் உள்ள மனிதன் மகிழ்ச்சிகரமான மனிதன் அல்ல; குறிப்பிட்ட நற்பண்புகளால் உள்ள மனிதனே மகிழ்ச்சியான மனிதனாவான்!

பணியாற்றிய காலங்களில் காசோலைகளில் கையொப்பம் இடும் அதிகாரம் எனக்கு வழங்கப்பட்டிருந்தது. வங்கியில் கடனாளிகளுக்கு கடன்கள் பட்டுவாடாவிற்குக் காசோலைகளில் ஒப்பம் இடுவதை பாக்யமாகவே கருதி பணியாற்றினேன். காசோலைகளை ஒப்படைக்கும்போது சம்பந்தப்பட்டவர்கள் முகத்தில் தென்படும் தெம்பும், ஆனந்தமும் உள்ளபடியே எனக்கு சுகத்தை அளித்துநிற்கும். பலர் இதனை ஒரு இயல்பான பணிதானே எனப் பரிகசிப்பர். வேறு சிலரோ, காசோலைகளில் கையொப்பம் இடவேண்டியது அவர்களது கட்டாய பணியெனக் கருதாமல், ஏதோ தனது சொந்தக் கணக்கில் இருந்து வழங்குவதாக நினைத்து தாமதம் காட்டுவதும், மன அழுத்தம் இவர்களைத் தானாகவே கவ்விக் கொள்வதை அறியாமலே பணியாற்றி வருவார்கள். என் போன்றவர்களுக்கு இது ஒருவகையான சுகம், வேறு சிலரோ இதனை வேலைப்பளு என்பதுடன் சலிப்பூட்டும் பணியாகவும் கருதுவதுண்டு.

இதுபோன்ற அதிகாரங்கள் எல்லோருக்குமே கிடைக்கப் பெறுவதில்லை. எனவே, நமக்களித்த வாய்ப்பை ஒரு சுகமாக, ஆனந்தம் கொள்வதுதான் பொருத்தமான செயலாகும். எளிமையான (சின்ன) சுகம் அபத்தமான (முட்டாள்தனமான) சுகம் என்பதெல்லாம் அவரவர் மனப்பக்குவதைப் பொருத்ததாகும். இதுவே பின்னர், மன அழுத்தத்தைக் குறைக்கவோ, கூட்டவோ செய்துவிடும்.

உங்களது சுகங்களை நிர்வகிப்பதற்கு நீங்கள் அம்பானியாகவோ, டாடாவாகவோ, பிர்லா–வாகவோ இருக்க வேண்டிய அவசியமேயில்லை. நீங்கள் முதிர்ச்சி, பக்குவமடைந்த நபராக இருந்தாலே போதுமானதாகும். புத்தக அறிவாற்றல், நண்பர்களிட மிருந்து கற்றறிதல் மேலாக உங்களுக்குள் நீங்களே பேசிக்கொள்வது,

> தங்கள் கனவுகளின் நேர்த்தியின் மீது யார் நம்மிபிக்கை கொள்கிறார்களோ அவர்களிடந்தான் எதிர்காலம் வசப்படும், அடக்கமாகும். – ரூஸ்வெல்ட்

இவையெல்லாம் எளிமையான சுகங்களைத் தருவிக்கும். எவையெல்லாம் அபத்த சுகங்களை அளிக்கும் என்பதை ஆய்ந்தறியும் தன்மை உங்கள் வசமே உள்ளன. இவைகள்தான், நீங்கள் முதிர்ச்சியடைந்தவரா/பக்குவம் பெற்றவரா என்பதைத் தீர்மானிக்கும் குணங்களாகும்.

நீங்களும் எளிமையான சுகங்களை அனுபவிக்கும் பொருட்டு, நான் அனுபவித்துவரும் எளிமையான சுகங்கள் பற்றி உங்களுக்குச் சொல்வதில் சுகமடைகிறேன். எளிமையான சுகங்களை மேலும் மேலும் அனுபவிக்க நீங்கள் விரும்பும்பட்சத்தில், கூடுதலான எளிமை – சின்னச் சுகங்களை அனுபவித்து வருபவர்களுடன் உங்களது எளிமை சின்னச் சுகங்கள் பற்றி பகிர்ந்து கொள்ளவும்.

20. போதுமென்பதே போதுமாகும்.

போதும் என்ற மனமே
பொன் செய்யும் மருந்தாகும்.

தேவைகளும், பேராசைகளும்:

பேராசைதான் இதயத்தின் முதல் பகைவனாவர். கடுமையான வேலை அல்லது ஓய்வில்லாப் பணி என்பதெல்லாம் மற்றவைதான் என்கிறார், இதயநோய் நிபுணர் டாக்டர் நரேஷ் பிரேகா. ஓய்வில்லாத பணி என்பதுதானே பொதுவாக அனைத்து மருத்துவர்களும் சொல்கிறார்கள். ஆனால், நீங்கள் அப்படியல்ல என்றல்லவா சொல்கிறீர்களே என வினவியதற்கு, "இது ஒரு தவறான அபிப்ராயமாகும்" என்றார் நரேஷ். "மன அழுத்தம் எப்போது வருகிறது? உங்களது மனசுக்குள் அசைக்கவியலாத நிலையில் நீங்கள் திணிக்க முற்பட்டு, அது முயலாமல் போகும்போது ஏற்படும் உணர்வே மன அழுத்தமாகும். ஆக்கரீதியிலான பணிதான் உண்மையாகும். அதுவே பயனளிக்கும், அறுவைக்கான தியேட்டரில்தான் நான் ரொம்பவே இலகுவாக அமர்ந்திருப்பேன். அங்குதான் எனக்கான அமைதியும் நிம்மதியும் கிடைக்கப் பெறுகின்றன. கடுமையான பணியால் யாருமே சாவதில்லை, ஆனால் அதிகப்படியான ஓய்வு நிச்சயம் மரணத்தை வரவழைக்கும்! என்கிறார் டாக்டர் நரேஷ்.

அவர் மேலும் சொன்னது, "தங்கள் பணியிடத்திலிருந்து வெளியேறும்போது, பலரும் தங்கள் அலைபேசியை அணைத்துவிடுவதுண்டு. ஒவ்வொரு 5-6 வாரங்களுக்கும், குறைந்தபட்சம் 2 அல்லது 3 நாட்களாவது ஓய்வுகொள்ள வேண்டும். அது உங்களை முனைப்புடன் இருப்பதற்கு உதவிகரமாய் இருக்கும். "வரிகளைக் கட்டவும் – இந்த வரிகளில் கவனம் காட்டவும். இருதயத்தைப் பாதுகாக்க, இது மிகவும் அவசியமாகும். பேராசை இதயத்தின் பெரிய எதிரியாகும்."

சுய அழிவு நரகத்திற்கான பாதைகள் மூன்று உள்ளன. அவை காமம்–கோபம்–பேராசை.

உங்களுக்குள்ளே பின்வரும் கேள்விகளை அடிக்கடி கேட்ட வண்ணம் இருக்க வேண்டும். “இது அவசியம்தானா?” உண்மையிலேயே இது எனக்குத் தேவைதானா?” இந்தப் பயணத்தை நான் மேற்கொள்ளத்தான வேண்டுமா?” நான் அலைபேசியைப் பயன்படுத்திக் கொள்ளலாமா? அல்லது அஞ்சல் வழியே அனுப்பலாமா?” வாழ்க்கை என்பது வணிகம் போன்றது. அனுசரணை தான் வாழ்க்கையாகும்.

நான் பல ஊர்களுக்குச் சென்றுள்ளேன். எனக்கான சமூக வட்டம் பரந்து விரிந்து கிடக்கின்றன. இதுவே எனக்குப் போதுமானது. எழுதிக் கொண்டும், பாடல்களில் ரசனை கொண்டும் நண்பர்களிடம் உரையாடிக் கொண்டும் வாழ்வை நேசித்து வருகிறேன். நிரம்ப புத்தகங்களில் ஆழ்ந்து போகிறேன். மாமனிதர்களின் வாலாற்றுச் செய்திகளில் ஆர்வம் காட்டி வருகிறேன். வானவில், உறைபனி, வளமான கற்பனையம்சங்கள் போன்ற கற்பனைக்கும் அப்பாற்பட்ட பொருட்களின்மீதும் ஆர்வம் கொண்டுள்ளேன். எனவேதான் நான் நிம்மதி கொண்டு மன அழுத்தமின்றி மகிழ்ச்சியோடு நடைபோடுகின்றேன்.

21. காலம் பொன் போன்றது

பணத்தை நிர்வகிப்பதுபோல்

(கால) நேரத்தையும் நிர்வகித்து வரவும்.

எழுபது ஆண்டு வாழ்க்கைக் காலம் எப்படி கழிகிறது என்ற விபரம் உங்களுக்குத் தெரியுமா? சராசரியாக 25 அண்டுகள் நித்திரையிலும், 8 ஆண்டுகள் கல்வியிலும், 6 ஆண்டுகள் ஓய்விலும்–பிணியிலும், 7 ஆண்டுகள் விடுமுறை மற்றும் பொழுது போக்குவதிலும், 4 ஆண்டுகள் சாப்பாட்டிலும், 5 ஆண்டுகள் வேலை செய்யுமிடத்திலும், பயணத்திலும், 3 ஆண்டுகள் இடப்பெயர்ச்சியிலும், அதாவது மேலே சொன்ன காரியங்களில் ஆயத்தப்படுத்துவதிலும் செலவாகின்றன.

இந்தக் கணக்கீட்டின்படி பார்த்தால் 12 ஆண்டுகள் மட்டுமே முறையான பணிக்குச் செலவிடப்படுகிறது. இதனை உணர்ந்து கொள்ளும்பட்சத்தில் உங்களது நேரத்தை எப்படியெல்லாம் நிர்வகித்து முறைபடுத்திக் கொள்ளலாம் என்பதை நீங்கள் கண்டறிய வேண்டும். நீங்கள் இவ்வாறு செய்யும்பட்சத்தில், அதனை அப்படியே அனுபவிக்கத் தொடங்குவீர்கள்.

நேர நிர்வாகத்தை மேலும் சீராக்க வேண்டுமென்றால், உங்களின் புன்னகை பூக்கும் நண்பர்களைப் பார்க்கவும், படிக்கவும்.

கால நேரத்தைச் சரியாக நிர்வகித்துவரும் அன்பர்களின் அட்டவணையிலிருந்து எடுக்கப்பட்ட பின்வருவதைப் பின்பற்றிக் கொள்ளலாம்.

அ) ஏதேனும் ஒரு பொருள் தேவையென்று கருதும்பட்சத்தில் அதனை வேகமாக எடுக்கும் வகையில், அவற்றைச் சரியாக ஒழுங்குபடுத்தி வைக்கவும்.

ஆ) சோதனைப் பட்டியலை (Check List) நீங்களே பயன்படுத்தவும். அதேபோல உங்கள் முன்பாக ஆஜராகும் நபர்களுக்கு அதேபோன்ற பட்டியலைப் பயன்படுத்தும்படி அவர்களை நிர்ப்பந்திக்கவும்.

வெல்வதற்கே பிறந்தோம்

இ) அடுக்கடுக்கான இடையூறுகளை அனுமதிக்க வேண்டாம். மற்றவர்கள் இடைமறித்துப் பேசுவதை அனுமதிக்க வேண்டாம். அதேபோல நீங்களும் மற்றவர்களை குறுக்கீடு செய்யவும் வேண்டாம். எனது தலைமை அலுவலகத்திலுள்ள ஒரு கூடுதல் பதிவாளர் ஒரு நாளில் மட்டும் 26 முறை தனது நேர்முக உதவியாளரை அழைத்திருந்தார், இப்போது நீங்களே யூகித்துக் கொள்ளலாம், அந்த உதவியாளர் அன்று மட்டும் என்ன தட்டச்சு செய்திருப்பாரென்று!

> ஆர்வத் துடிப்பென்பது எரிமலை போன்றதாகும். அதன் உச்சியில் தயக்கம் (தீர்மானிக்க இயலாமை) என்ற செடி வளரவே வளராது.

நம்மில் பலர் எது வசதியானதோ மற்றும் விரும்புவதையோ செய்ய நினைக்கிறோம். எது சரியானதோ அவற்றில் அக்கறை காட்டுவதில்லை.

உங்களது நேரத்தை மிகத் திறமையாக நிர்வகிக்க விரும்பினால் முதலில் உங்களது நேரம் உண்மையிலேயே எதை நோக்கிப் பயணிக்கிறது என்பதைக் கண்டறியுங்கள்.

உங்கள் செயலாளரையோ அல்லது உதவியாளரையோ ஒரு ஆறு நாட்களுக்கு உங்கள் நேரத்தை வரையறை செய்து கொள்ளத் தெரிவிக்கவும். பின், நீங்கள் ஒப்பீட்டைப் பார்த்து எவ்வாறு நடந்து கொள்ள வேண்டும் என்பதை கணித்துக் கொள்ளவும்.

உங்கள் நேரத்தைக் களவாடுபவர்கள் பற்றி அறிந்து கொள்ளவும்.

1. அடிக்கடி நடைபெறும் கூட்டங்கள் – கூட்ட நிரல் இல்லாமல்.

2. கூட்டத்திற்கு ஆயத்தமில்லாத அவலநிலை.

3. மற்றவர்களுக்கும் உங்களுக்குமாக தொடர் குறுக்கீடுகள்.

4. உங்கள் மக்களுக்கு உரிய அறிவுரைகள் விடுக்காத நிலை.

5. முடிவுகளை உரியநேரத்தில் எடுக்காமை.

6. புள்ளிவிபரத் தொகுப்பு – தேவையில்லாமல் கூடுதல் விபரங்கள் – பயனளிக்காமை.

உங்கள் நேரக் காப்பாளர்களைத் தெரிந்து கொள்ளவும்.

1. 'பின் தூங்கி முன் எழுதல்' – ஆறு மணிநேரத் தூக்கத்திற்கு மேல் உங்களுக்குத் தேவையிருக்காது.

2. சொந்தமாக வாகனம் வைத்திருக்கவும். ஒருவேளை உங்கள் வாகனத்தை, உங்களது பிரியமான மனைவிக்கோ, குழந்தைகளுக்கோ கொடுத்திருந்தால், இருசக்கர வாகனத்தைப் பயன்படுத்தவும், இல்லையேல் "ஓலோ" வண்டியை எடுக்கவும்.

> **பார்க்கரின் கொள்கை**
> ஒவ்வொருவருமே எதை விரும்புகிறார்களோ அதைத்தான் செய்கிறார்களேயன்றி எதைச் செய்ய வேண்டுமோ அதில் அக்கறை காட்டுவதில்லை.

3. சமுதாயப் பணிகளை ஒதுக்கிவிடவும். உங்களுக்கு இணையான நபர் ஒருவரை உங்கள் பிரதிநிதியாக அனுப்பி வைக்கவும்.

4. அலைபேசியில் அக்கறை கொள்ளவும், இணையதளம், இமெயில், பேக்ஸ் போன்றவற்றில் கவனம் காட்டவும்.

5. உங்களது மனைவியின் சொல்லுக்கு செவிமடுக்கவும், அவர் சொல்வதைச் செய்துவிடவும், அவரது வசவுகளைத் தவிர்க்கவும்.

6. உங்கள் முதலாளி அல்லது மேல் அலுவலர் சொல்வதைக் கேட்கவும். அவர் சொல்வதைச் செய்து முடிக்கவும்

இங்கே ஒரு நிகழ்ச்சியைக் குறிப்பிடுவது பொருத்தமாக இருக்கும். எனது துறைப் பணியாளர்கள் கழகப் பொதுச் செயலாளராக 30 ஆண்டுகள் பணியாற்றியுள்ளேன். பல செயற்குழுக் கூட்டங்கள் மாவட்ட மற்றும் மாநில மாநாடுகளை வெற்றிகரமாக நடத்தியுள்ளோம். 1996–ல் சென்னையில் ஒரு மாநில மாநாட்டை நடத்தியிருந்தோம். மாநாட்டில் அந்நாளைய கூட்டுறவுத் துறை அமைச்சரும், சட்டமன்றப் பேரவைத் தலைவரும் வருகை தரவிருந்தனர். மாநாட்டில் ஒரு இன்னிசை நிகழ்ச்சி, மாநாட்டில் கலை நிகழ்ச்சிக்கு மாநிலம் முழுவதும் இருந்து நூற்றுக்கணக்கானோர் பங்கேற்றனர். மதிய உணவை முடித்த அவர்கள், வெளியே சென்றுவிட்டு மாலை 4 மணிக்குத் திரும்பிட கட்டளையிட்டிருந்தோம். ஆனால், பெரும்பாலோர் வரவில்லை. இடையில் அமைச்சர் வந்துவிட்டார். கூட்டம் குறைவென்று தனது வருத்தத்தைத் தெரிவித்துச் சென்றுவிட்டார். பிறகு முடிவுறும் தறுவாயில் அரங்கம் நிரம்பிவிட்டது. முக்கிய பிரமுகர்கள் சென்றவுடன் நான் பேசினேன். கூட்டத்தில் அமர்ந்திருந்தவர்களைப் பார்த்து, சிரமம் பாராமல் தங்கள் வசமுள்ள ஒரு 100 ரூபாய் நோட்டை எடுத்துக் காண்பியுங்கள் என்றேன். கொஞ்சம்பேர் அவசர அவசரமாக எடுத்துக் காண்பித்தார்கள். அதை அப்படியே இரண்டாக கிழிக்கவும் என்றேன். ஒருவரும் செய்யவில்லை. பின் நான் என் வசமுள்ள 100 ரூபாய் நோட்டை இரண்டாக கிழித்துக் காண்பித்தேன். கூட்டத்தில் சலசலப்பு, தலைவருக்கு என்னவாயிற்று என முணுமுணுப்பு. மீண்டும் தொடர்ந்தேன். நான் கிழித்த நோட்டை வங்கியில் மாற்றிக் கொள்ளலாம். நமக்குச் சிரமம் இல்லை. ஆனால், கழிந்து போன நேரத்தை அதாவது, நாம் வீணடித் நேரத்தை மீண்டும் நம் கைக்குக் கிட்டுமா? என்றதுடன் நேரம் உணர்ந்து கரவொலி எழுப்பினார்கள்.

ஆண்டவன் எனக்கு, உங்களுக்கு மற்றவர்களுக்கும் என நம் அனைவருக்குமே நாளொன்றுக்கு 24 மணி நேரத்தை அருளியுள்ளார். ஆனால், பொன்னான நேரத்தைப் பயன்படுத்தத் தெரியாமல் பலர் தூங்குகிறார்கள், பலர் சோம்பல் முறிக்கிறார்கள். பலர் நேரத்தோடு போராடிக் கொண்டிருக்கிறார்கள், ஒரு சிலர்தான் பரபரப்பாக இயங்கிக்

கொண்டிருக்கிறார்கள். ஏன் இப்படி?

அதிகப்படியான காரியங்களை, செயல்களை உங்கள் வாழ்க்கையில் திணிக்காதீர்கள். அதுவே உங்களை மன அழுத்தத்தில் நிச்சயம் ஆழ்த்திவிடும். வாழ்க்கை என்பது ஒரு உணவுப் பட்டியல் போன்றதாகும். உங்களுக்கு சுவையானவற்றை வாழ்க்கை அளிக்கும் தருணத்தில், கொஞ்சத்தை மட்டும் எடுத்துக் கொண்டு எஞ்சியதை விட்டுவிடவும். அங்கே எண்ணிக்கையல்ல; எண்ணந்தான் (தரம்) முக்கியம். பேராசை கொண்ட மனிதன் மன அழுத்தம் கொண்ட மனிதனாவான்.

அலுவலகங்களில், குறிப்பாக அரசு அலுவலகங்களில், வங்கிகளில் இது சாதாரண நிகழ்வாகும். சக பணியாளர்களிடம் ஒரு வேலையை ஒப்படைத்துப் பின்னர் அதன் விளைவைப் பற்றிக் கேட்டால், அவர்களும் சொன்னதைச் செய்யாமல், அவருக்குப் பிடித்தமான வற்றில்தான் அக்கறை கொண்டிருப்பார். இவர்களிடம் ஏன் இந்த நடத்தை? இது மானிட இயல்பின் அசைக்க முடியாத அங்கமாகும் என்றே நான் கருதுகிறேன்.

இதுபோன்ற விடயங்களில் இவர்களை எப்படி வழிநடத்திடலாம், பணம் என்பது இதற்கான விடையல்ல, அந்தத் தனி நபரிடம் அவரது செயல்பாட்டைப் பற்றித் தெரிவிக்க வேண்டாம். இலக்கை அடையாளம் காட்டவும், அவருக்கு அதுவே தக்க துணைபுரியும். சக்தியை எப்படி பிரயோகிக்க வேண்டும் என்பதை மட்டுமல்ல, அதை எந்தக் கோணத்தில் பயன்படுத்த வேண்டும் என்பதையும் இதன் மூலம் கற்றறிவார்.

22. முன்னுரிமையளித்தல்

“நட்சத்திரங்களை அடைந்துவிட்டால், கைக்கு ஒன்றுகூட கிட்டாமல் போகலாம். ஆனால் சகதியாவது கிட்டும் என்பது நாட்டுப்புறப் பழமொழியாகும்.

வாழ்வில் உங்களது இலட்சியம் என்ன? எனக்குத் தெரிந்த நண்பர்கள், என்னிடம் பணியாற்றியவர்கள், பயிற்சிக் காலத்திய புதியவர்களிடம் இந்த வினாவை எழுப்பியபோது பல தரப்பட்ட விடைகளே எனக்குக் கிட்டியது. அப்போது நான் எனது முடிவைச் சொன்னேன். வாழ்நாள் முழுவதும் மகிழ்வோடு இருக்க வேண்டுமென்று. நான் மகிழ்ச்சியாக இருந்தால், பிறரையும் என்னால் மகிழ்ச்சியோடு வைத்திருக்க முடியுந்தானே!

நமக்கான இலக்கை நிர்ணயம் செய்துவிட்டாலே, நாம் மகிழ்வடைந்துவிடுவோம். இதனால் நீண்ட காலத்திற்கு மன அழுத்தத்தில் வாழ வேண்டியதில்லை. மகிழ்ச்சியாக இருக்க வேண்டுமெனில், எனக்கான இலக்குகள் இவைதான். எனது வேலையைத் திறம்படச் செய்து முடிப்பது, பின்னர் வேலை செய்யாதிருக்கும்போது சுறுசுறுப்புடன் இருப்பது.

நமது வேலைகளில், வணிகங்களில் மற்றும் சமூக வாழ்வில் இரண்டு அம்சங்களே நமக்கு உள்ளன. ஒன்று அவசியமானது; மற்றொன்று அவசியமற்றது. எது அவசியமானதோ அதைச் செய்துகொண்டு நமது வாழ்க்கையை நடத்திக் கொள்ளலாம். இந்தக் காரணத்திற்காகவே, பலரும் கொஞ்சநேரம் வேல செய்தாலும் அல்லது குறைந்த வருவாயை ஈட்டினாலும் வெற்றிகரமாகவே தங்கள் வாழ்க்கையை நடத்திவருவதை

இலட்சியத்தோடு இலக்கை நிர்ணயித்திருந்தால், சோம்பலைக் கொல்வீர்கள். மனத்திலுள்ள களைகளை அழிப்பீர்கள், காலங்கடத்துதலை ஒழிப்பீர்கள்.

வெகு இயல்பாகவே நாம் கண்டுகொள்ளலாம். ஒருவர் அவசியமற்றதிலிருந்து அவசியத்திற்குச் சல்லடைபோட்டு மாற்றம் செய்வதற்கு அவர் ரொம்பவே புத்திகூர்மை கொண்டவராக இருந்தாகவேண்டும்.

ஒருநேரத்தில் ஒன்றை மட்டுமே செய்யவும்

ஒரு நேரத்தில் ஒன்றில் மட்டுமே நான் கவனம் காட்டி வருகிறேன். முன்பெல்லாம் பல இலக்குகளை எய்தவேண்டும் என்ற நோக்கில் ஒரே நேரத்தில் பலவற்றில் ஈடுபாடு கொண்டிருந்தேன். தவிர கொண்ட இலக்கை விரைந்து முடித்தாக வேண்டும் என்ற வேட்கை உந்துதலே காரணமாகும்.

எனது நண்பர் துரைராஜ் பெருங்களத்தூரிலிருந்து 30 ஆண்டுகளாக சேப்பாக்கத்திலுள்ள தலைமை அலுவலகத்திற்கு இரு சக்கர வாகனத்தில்தான் வந்து செல்வார். மன அழுத்தமின்றி அவர் பயணத்திற்கு எடுத்துக் கொள்ளும் நேரம் 45 நிமிடங்களாகும். மன அழுத்தத்துடனான வேகம் 37 நிமிடங்களாகும். வெறும் 8 நிமிட சேமிப்புக்காக மனச் சோர்வையும் மன அழுத்தத்தையும் சுமப்பது முட்டாள்தனமில்லையா என நான் ஒரு நாள் கேட்டவுடன், "ஆம்; சரிதான்" என ஒப்புக்கொண்டார்.

தவிர, மன அழுத்தமின்றி பயணம் செய்யும்போது ஆற்றவேண்டிய காரியம் பற்றி வெகு இலகுவாக, நிதானமாக யோசனை செய்து, புதிய எண்ணங்களோடு, இன்னும் சிறப்பான வடிவத்தோடு ஈடேற்றிட வாய்ப்புண்டுதானே!

முன்னுரிமை கொடுத்துச் செயலாற்றும்பட்சத்தில், இலக்கை நிர்ணயித்துப் பின் மாற்றிக் கொள்ளவும், நமக்கு வாய்ப்புக் கிட்டும். இதனால் உங்கள் மனதில் மண்டிக்கிடக்கும் குப்பைகளை போக்குவதுடன், மன அழுத்தத்தையும் விரட்டிடவியலும்.

நிறுவனங்களில் சாதாரணப் பணியாளராகப் பணியாற்றி, ஆண்டு ஒன்றுக்கு பல கோடி டாலர்கள் சம்பாதிப்பவர்கள் இருவர் மட்டுமே. அமெரிக்காவிலுள்ள வால்டர் கிறிஸ்லர் மற்றும் சார்லஸ் சுவாப் ஆவார். ஒரு நாளில் இதைவிட எப்படி வேலை செய்வது என்பது பற்றி ஒரு நாள்

சுவாப் தனது ஆலோசகரிடம் ஆலோசனை கேட்டார். ஒரு வார காலம் சுவாபிடம் தங்கியிருந்தபின் ஆலோசகர் பின்வருபவற்றைத் தெரிவித்தார்.

"ஒவ்வொரு நாள் காலையிலும், அன்றைக்கு ஆற்ற வேண்டிய ஆறு முக்கிய பணிகள் பற்றி எழுதிக் கொள்ளவும். பின் ஒவ்வொன்றாகச் செய்து முடிக்கவும். ஒரே நாளில் இந்த ஆறையும் செய்து முடித்தால், அடுத்த நாளில் மேலும் மூன்று பரிசோதனையை மேலும் சேர்க்கவும். இப்படியே ஒரு மாதம் கடைபிடிக்கவும். எனது ஆலோசனை பயனளித்தாகக் கருதினால், எனக்கான கட்டணத்தை அனுப்பவும்".

சுவாஸ், அவருக்கு அனுப்பிய தொகை எவ்வளவு தெரியுமா?...... 25,000 டாலர்கள்!

சரி! நீங்களும் சரி, மற்றவர்களும் சரி என்ன செய்வீர்கள். நாம் அனைவருமே அதிபுத்திசாலியென்றே கருதிக் கொண்டுதானே இருக்கிறோம். எனவேதான், ஒரே சமயத்தில் பல வேலைகளில் கவனம் காட்டி நிற்கிறோம். இந்த கலப்படமான காரியங்கள் நம்மை குழப்பத்தில் ஆழ்த்திவிடுவதுடன், 80/20 கோட்பாட்டை பயன்படுத்த மறந்து போகிறோம். 80/20 கோட்பாடு என்றால் என்ன? நாம் செய்யும் 20 விழுக்காட்டளவிலான காரியம் 80 விழுக்காடு முடிவுகளை தருவிக்கும். இது எல்லாவிதமான செயல்பாடுகளுக்கும் பொருந்தும். காலப்போக்கில் 80/20 முடிவு, 70/30 அல்லது 60/40 எனவும் மாறலாம்.

எவற்றிலும் திடமாகக் கொள்வதுடன், சரியான காரியங்களையே செய்யவும் சரியான பாதையில் பயணித்து, திறமைசாலிகளாக உருப்பெறவும். ஆனால், நாம் அனைவருமே பெரும்பாலும் தவறான அவசியமற்ற காரியங்களில்தான் மிகவும் அக்கறைகாட்டி நமது பொன்னான நேரத்தைச்செலவிட்டு வருகிறோம்.

> உங்களால் கனவு காண.
> முடியுமென்றால் உங்களால் அதைச்
> செய்து காட்டவும் முடியும்.

கவிஞர் வசந்தன்

இலக்கு தெளிவாகவும், குறிப்பிடும்படியாகவும் கால நிர்ணயத்தோடு நிர்ணயிக்கப்பட வேண்டும்.

எந்த இலக்கும் செயல்திட்டத்துடனும், அதனை எய்துவதற்கான கால வரம்பை நிர்ணயம் செய்யப்பட்டதாக அமைய வேண்டும். இலக்கு அர்த்தமுடையதாக இருக்க வேண்டும்; நமக்கு திருப்தியளிப்பதுடன், நமது செயலை திறமை வெளிக் கொணரும் வண்ணம் இருப்பதும் அவசியமாகும். நமது இலக்கின் முடிவு பிறரை வசியப்படுத்தும் தன்மை கொண்டாகவும் அமைய வேண்டும். முடிவு, குற்ற உணர்வை வரவழைத்துவிடக்கூடாது. உங்கள் சுற்றமும் உறவு முறையறிந்து ஆனந்தம் கொள்ள வேண்டும். உங்களை ஆராதிக்க வேண்டும்,

எந்த இலக்குமே குறிப்பாகவும், கால நிர்ணயம் கொண்டதாகவும் இருக்க வேண்டும். இதற்கான அற்புதமான உதாரணம் கென்னடியின் வேண்டுகோள் உரையாகும். "பத்து ஆண்டுகள் முடிவதற்கு முன்னரே, சந்திரனில் மனிதனை உட்காரவைக்க வேண்டும் என்ற இலக்கை (இலட்சியத்தை) இந்த நாடு சூளுரைத்து ஏற்க வேண்டும்" என்பதுதான் அவரது சூளுரையாகும்.

நீங்கள் இலக்கை நிர்ணயம் செய்துவிட்டாலே, சின்னச் சின்ன பிரச்சினைகளை நீங்கள் எளிதில் சமாளித்துவிடலாம். நேர்த்தியாக இருக்க வேண்டுமென்று நினைத்தால், இலக்கை நோக்கி நீங்கள் வேகமாக பயணிப்பீர்கள். உங்கள் நடை வேகப்படும். இதுவும் உறுதி. அடையவேண்டிய தூரம் கொஞ்சம் எட்டவிருந்தாலும், நீங்கள் சரியான பாதையில்தான் நிற்பீர்கள். உங்கள் கனவைவிட உங்கள் இலக்கு, மேலானதாகும்.

சந்தோசம், ஆஸ்தி, புகழ், கேளிக்கை, வெற்றி, மனஅழுத்தக் குறைவு, நூல்கள் வடிப்பது, பயணம் ஆகிய அனைத்துமே காலகெடு நிர்ணயம் செய்யப்பட்ட இலட்சியத்தின் துணை விளைவுகளாகும்.

ஒவ்வொருவரையும், அவர்கள் உங்களிடம் திமிராக நடந்திருப்பினும் அவர்களை கண்ணியமாகவே நடத்திடவும். நினைவில் கொள்ளவும், நீங்கள் மரியாதை காட்டுவதாலே அவர்கள் கனவான்கள் அல்ல, மாறாக நீங்களும் அவர்களில் ஒருவர் என்பதே காரணமாகும்!

23. உங்கள் இலக்கை அடைவதற்கு எளிய வழிகளையே நாடி நில்லுங்கள்.

பெரும்பாலானோர், தங்கள் இலக்கை எட்டுவதற்குப் பலத்த முயற்சிகளை, அதுவும் விரைந்தும் எடுப்பதுண்டு. உயரம் தாண்டுபவரைப் பாருங்கள், நமது (எல்லையை) இலக்கை எய்துவதற்கு முன்னர், விளையாட்டு வீரர்களிடம் இருந்து நாம் நிரம்பவே கற்றுக் கொண்டாக வேண்டும். உயரம் தாண்டுபவருக்கான இலக்கு 6 அடியென்றால், அவர் முதற்கட்டத்தில், அதாவது எடுத்த எடுப்பில் 6–லிருந்து தொடங்கு வதில்லை. முதலில் 4ல் தொடங்கி, படிப்படியாக 6–ஐ எட்ட முயற்சிப்பார்.

எனது தொழிற்சங்கப் பணி பற்றி விளக்க விரும்புகிறேன். முதலில் பணியாளர் அமைப்பில் மாவட்டத் தலைவராக, பின் வேறொரு அமைப்பில் அமைப்புச் செயலாளராக, பின மாநில பொதுச் செயலாளர், தலைவர் பொறுப்புக்களை ஏற்றேன். இதனைத் தொடர்ந்து, பல அமைப்புகளில் பொறுப்பேற்க அழைப்புகள் வந்தன. சுமார் 15 அமைப்புகளில் மாநில நிர்வாகப் பொறுப்புக்களில் அங்கம் வகித்தேன். அதேபோல் எழுத்துப் பணியிலும் அப்படித்தான். அடியார், ஜேப்பியார், ஜெயமணி முருகன் போன்றோர்களின் தயவால், அவரவர்தம் ஏடுகளில் கவிதை, கட்டுரைகளை வரைந்தேன். பின் தனி நூலுக்குத் தாவினேன். வெற்றியும் கிட்டியது. இரண்டு நூல்கள் வெளியிட்டேன், அரசுப் பணி நிறைவடைந்ததும், புகழின் புகழான இதழியல் செம்மல், அண்ணன், நக்கீரன் கோபால் அவர்களின் நல்லாதரவால் இன்றைக்கு 40 நூல்களை வரைந்துள்ளேன்,

முதல் நூலை வரையும் போதுகூட நான் வெட்கப்படவில்லை. என்னால் முடியுமென்று நம்பிக்கையோடு, துணிவோடு எழுத்துப் பணியில் இரவு– பகல் எனப் பாராமல் உழைத்தேன். பாராட்டுக்கள் பல திசைகளி லிருந்தும் வந்தன. இது என்னை வெகுவாக ஊக்கப்படுத்தி உற்சாகப் படுத்தின. கவியரசு கண்ணதாசன் மற்றும் கவிப் பேரரசு வைரமுத்து ஆகியோர்களின் அடிச்சுவட்டில் பயணித்துக் கொண்டிருக்கிறேன் என்ற சுகத்தோடு, சுமார் 12 ஆண்டுகளுக்குள் 50 நூல்களை என்னால் வரைய முடிகிறதென்றால் நான் நிர்ணயித்த இலக்கே காரணமாகும்.

24. இசையோடு மோத ஆயத்தமாகவும் வாழ்க்கையே உங்களைச் சுட்டுவிடும்

அதிர்ஷ்டவசமாக நான் சென்னை மயிலை விவேகானந்தர் கல்லூரியில் எனது பட்டப் படிப்பையும், பின் முதுகலைப் படிப்பையும் தொடர்ந்தேன். வெளியூலிருந்து அதுவும் முகவை மாவட்டத்திலிருந்து வந்த நான், சென்னைவாழ், அதுவும் பணக்கார நண்பர்களோடு, இணைந்து படிப்பதென்பது ஒரு இமாலயச் சாதனையென்றே சொல்வேன். கல்லூரி காலத்தில் நான் கற்றுக்கொண்ட முக்கிய பாடங்களில் இதுவும் ஒன்று. அதாவது, எந்த நேரத்திலும் நான் கண்டனத்திற்குள்ளாவேன் என்பது. பின்னர் துறைப் பணியிலும் அது போன்று நிகழும் என்று எதிர்பார்த்தேன். ஆனால் அப்படி எதுவும் நிகழவில்லை. காரணம், நான் சார்ந்த கூட்டுறவுத் துறையை நேசித்தேன், ஏற்ற பணிகளை நேசித்தேன். நண்பர்களை நேசித்தேன், என்னுடன் பணியாற்றிய பணியாளர்களை நேசித்தேன். இன்றுவரை நேசம் தொடர்கின்றது. ஒவ்வொரு நிறுவனத்திலும், வெவ்வேறு அனுபவங்கள் புதியனவற்றைக் கற்றுக் கொண்டதால், இன்றளவும் அவை பயனளிப்பதால், மகிழ்ச்சியில் திளைக்கின்றேன். மன அழுத்தமில்லா வாழ்வில் பயணிக்கிறேன்.

பாடம் இதுதான். ஒப்படைக்கப்பட்ட பணியை வெறுமனே கடனுக்காக, அல்லது இயந்திர ரீதியில் செய்ய முயலாதீர்கள். இங்கே ஒன்றை யாருமே மறக்கலாகாது. நமது உறவில் தாய்– தந்தை பிள்ளைகளைத் தவிர, வேறு உறவுகள் பக்காவாக (Pucca) இருக்க முடியுமா? எனது அனுபவத்தைச் சொல்கிறேன். ஏறுவது அதிகமென்றால், வீழ்வதும் அதிகமே. ஒன்றை நினைவில் வையுங்கள், நீங்கள் அதிகம் படித்தவராகக்கூட இருக்கலாம். உங்கள் கருத்துக்கள் – அபிப்ராயங்கள்தான் உயர்ந்தவை எனக் கருதிக் கொண்டு உங்கள் தலைமையின் தலையில் திணிக்க முயலாதீர்கள். இதனை இப்படி விளக்க முற்படுகின்றேன். ஒரு வாளியை எடுத்து அதில் தண்ணீரை நிரப்பவும். இப்போது உங்கள் கையை மணிக்கட்டு வரை வாளிக்குள்

விடவும். தண்ணீரை உங்கள் கையால் கலக்கவும். இப்போது உங்கள் கையை வெடுக்கென்று வெளியே எடுக்கவும், அங்கே ஒரு குழி தென்படும். அந்த அளவுதான் நீங்கள் இழந்ததற்கு ஈடாகும். பின்னர் மீண்டும் தண்ணீரை பலவந்தமாக புயல் போல் கலக்கவும். இப்போது நீங்கள் வேகமாக எடுத்தாலும் முன்னர் இருந்தது போலவே தண்ணீர் பரவி நிற்குமேயன்றி குழிவிழாது.

இன்றைய யதார்த்தம் அல்லது உண்மைநிலை யாதென்றால், உருவாக்குங்கள் கவலையென்றால், வெளியேற்றுங்கள். எனவே, வெளியேற்றியது வெளியேற்றியதுதான்.

உங்கள் எதிர்காலத்தை வளப்படுத்த வேண்டுமென்றால், உங்கள் தொழிலில் நீங்கள் இருப்பதை உறுதி செய்துகொள்ளவும். உங்கள் இன்றைய போட்டியாளர்கள் நாளைய தினமே உங்கள் எஜமானர்களாகக் கூடும்.

வாழ்வே உங்களைச் சுட்டுவிடலாம். புற்றுநோய், குடல்புண், இதயநோய், சிறுநீரகக் கோளாறு மற்றும் இதுபோன்ற ஓராயிரம் சிக்கல்கள் உங்களைச் சுட்டெரிக்கலாம். இதுபோன்ற நோய்கள் உங்களைத் தாக்கினால், அதற்கான செலவுத் தொகை என்ன என்பதை நீங்கள் அறிந்து வைத்திருக்கிறீர்களா; (அப்படியொரு நிலை, உங்களுக்கு வரவேண்டாம்). ஒருவேளையென்றால், அதனைச் சமாளிக்க திட்டம் ஏதேனும் உங்கள் வசம் உள்ளதா?

நண்பர்கள், புகழ்ந்துரைப்பவர்கள், கூட்டாளிகள், பாகஸ்தர்கள், உறவினர்கள், பள்ளி மற்றும் கல்லூரித் தோழர்கள், வாடிக்கையாளர்கள், அண்டை வீட்டார்கள், ஆலோசகர்கள், உடன் பணிபுரிவோர், என எவருமே உங்களைச் சுட்டெரிப்பார்கள். உங்களிடம் கனத்த ஆஸ்தி இருக்கும். ஆனால் பொழுதுபோக்கு அம்சங்கள் இருக்காது. அமெரிக்கா வில் யாரையாவது வசைமொழியில் சுட்டுவிட்டார்கள் என்றால், கல்வி நிறுவனங்களில் சேர்ந்து தங்களைச் சுறுசுறுப்பாக்கிக் கொள்வார்களாம்!

அமெரிக்காவில், ஒருவரது வாழ்நாள் காலத்தில் பத்துமுறை

வேலை மாற்றங்களைச் செய்து கொள்ள முடியுமாம். இவற்றில் வசைவுகளினால் மட்டுமே. மாறுதல் கொள்வது ஐந்து தடவையாம். ஹென்றி போர்டு லீ அயாகோகோவை வசைபாடி சுட்டதை நீங்கள் கேள்விப்பட்டதுண்டா! ஆனால், லியோ தனக்கென ஒரு வரலாற்றையே உருவாக்கியுள்ளார். அதுகூட நட்டத்தில் ஒரு லாபமே. லீயோ மனைவி சொன்னாராம், எந்தச் சந்தர்ப்பத்திலும் போர்டு பெயரை உச்சரிக்க வேண்டாம். மாறாக, சந்தை இடங்களில் அவரோடு மோதத் தயாராயிருங்கள். மனைவி சொல்லை மந்திரமாக்கிய லீ வாழ்வில் சாதனைகளையும் குவித்துக் காட்டினார்.

காசேதான் கடவுளடா!

கணிசமான தொகை கையிருப்பில் இருந்தால் மன அழுத்தத்தை மடியச் செய்துவிடும். உலகமெங்கும் இதே நியதிதான். நம்மில் பலர் வேலையில் சேர்ந்த துவக்கத்தில் காசேதான் கடவுளடா என்ற கருத்தில் இருந்தவர்கள் போன்று முட்டாள்தனமாக இருக்க வேண்டாம். பணம் அல்லது நோட்டு என்பது அழுக்கடைந்த ஒன்றுதான் என நினைக்க வேண்டியதுள்ளது. அது சுத்தமில்லாத கரங்களிலிருந்து பயணம் செய்வதுதான் காரணமாகும். எப்படியிருந்தபோதிலும், நமது கைக்கு வந்துவிட்டதால், அது நமக்கு பாதுகாப்பு அளிப்பதாகவே உணருகிறோம்.

அமெரிக்காவில் ஒரு சராசரி மனிதனின் ஆயுட்காலம் 70, ஜப்பானில் அதைவிட அதிகம். மருந்துகளுக்கு நன்றி. நீங்கள் கவனம் காட்டும்பட்சத்தில் நீங்கள் அதைவிட வாழ்ந்திட முடியும், மன அழுத்தத்தோடு. அதனால் யாது பயன்? பின், 58, 60, 65, 70 என்பதெல்லாம் மந்திர எண்ணிக்கையல்ல!

வெற்றியை ஈட்ட வேண்டுமாயின் அனுபவம் மற்றும் செயல்திறனைவிட, பேரார்வமும், படைப்பாற்றலுமே அவசியமாகும்.

ஒவ்வொரு உராய்தலும் உங்களுக்கு
எரிச்சலுட்டினால், உங்கள்
கண்ணாடியை எப்படி
மெருகூட்டுவீர்கள் அல்லது
பளபளப்பாக்குவீர்கள்!

25. நான் நலம் – நீங்கள் நலமா?

புதிய மனிதர்கள், புதிய இடங்கள், புதிய சூழல்கள் ஆகியவற்றை எப்படி எதிர்கொள்ளப் போகிறோம் என்கிற அச்சத்தைப் போக்கிட இதுதான் வழி. நீங்கள் அவை பற்றிய பொய் சிந்தனையை தவிர்த்து விடுங்கள். ஆம், அல்லது இல்லை என்பதை தவிர்த்து விடுங்கள். ஆம் அல்லது இல்லை போன்ற விடைகள் வரும் வகையில், இயல்பாக, மனந்திறந்தபடியான வினாக்களை மட்டுமே கேட்கவும். இது மற்றவர்கள் பேசுவதற்கு தூண்டச் செய்து சந்தேகங்கள், நிலையற்ற தன்மை மற்றும் பேராவல்கள் நிமித்தம் எழும் மன அழுத்தத்தை வற்றச் செய்யும். தகவல் காரணமாகவே வரப்பெறும் அச்சம் அகலும் மற்றும் நம்பிக்கை வளரும். நீங்கள் ஒரு பேச்சாளர். மாநாட்டில் கருத்தரங்கம் ஒன்றில் நீங்கள் பேசவேண்டும். காலையிலே சென்றுவிடுங்கள், பார்வையாளர்கள் பகுதியில் அமரலாம்! மதிய உணவுக்குச் செல்லவும். இப்போது உங்கள் உரைக்குத் தேவையான அம்சங்கள் அகப்பட்டுவிடுந்தானே!

உங்களது மனமென்றும் டிவிடியில் பதிவு செய்து கொள்ளவும். பேசத்துவங்கியவுடனே மனத்திரையில் ஒடும் படத்தை வைத்து கதைகள், நகைச்சுவைத் துணுக்குகள், புள்ளிவிபரங்கள் எல்லாமே காட்சியளித்து விடும். இதற்கிடையில், கூட்டம் நடத்துபவர் வேறு அம்சங்களைத்தான் சேர்க்க வேண்டுனெக் கேட்டுப் பெறவும். உங்களது இச்செய்கை பார்வையாளர்களின் கண்களில் ஒரு பொறி தோன்றச் செய்யும். அதனால் எதிர்பார்ப்பும் குறையும். அமெரிக்கர்களின் இந்தக்கூற்றை மறக்கவேண்டாம். நீங்கள் பத்து நிமிடங்கள் சீக்கிரம் என்றால், ஐந்து நிமிடங்கள் தாமதம் என்றாகிவிடும். எந்த நிகழ்விற்கும், 15 நிமிடங்கள் முன்னதாகவே சென்றுவிடவும்.

**உரையாடல் – பேச்சு நம்மிடமிருந்துதான்
முதலில் வெளிப்பட வேண்டும். நமக்குள்ளே அமைதியை
உருவாக்காதபட்சத்தில் உலகளவில் எவ்வாறு
அமைதியை கொண்டு வரமுடியும்...?**

26. நீங்கள் ஒன்றும் ரட்சகர் அல்ல....!

மீன் பிடிக்கும் கலையை உங்கள் பிள்ளைகளுக்குக் கற்றுக் கொடுங்கள்.

சமீபத்தில் ஹைதராபாத் நிஜாம் பற்றிய ஒரு செய்தி நாளிதழ்களில் வெளிவந்தன. 1978ல் தனது வாரிசுகளின் நன்மைக்காக, அதாவது தனது காலத்திற்குப் பின்னால் அவர்கள் செல்வச்செழிப்போடு வாழ்வதற்காக அவர் டிரஸ்ட் ஒன்றை மிகக் கவனமாகவும், புத்திசாலித் தனமாகவும் உருவாக்கினார். ஆனால், ஒரு பரம்பரை காலத்திற் குள்ளாகவே, அவர்கள் அனைவரும் நடு வீதிகளுக்கு வந்துவிட்டனர். இதைப்போலவே, கொல்கத்தாவைச் சேர்ந்த பகதூர் ஷா ஜப்பாரின் வாரிசுகள், கொல்கத்தா வீதிகளில் வாழ்ந்து கொண்டிருப்பதற்கான செய்தியும் சமீபத்தில் பத்திரிகைகளில் காண நேர்ந்தது. இது போன்றதொரு அவல நிலையை நமது உறவினர்கள் மற்றும் நண்பர்களுக்கும் வரலாம்.

ஏன் இப்படி நடக்கிறது? இதற்கான முழு விடையும் என்னிடமில்லை. ஆனால், அனுபவரீதியாக ஒன்றைத் தெளிவாக்கு கிறேன். அது ரொம்பவே ஈஸியானதுதான். உங்கள் மகனுக்கு மீன் துண்டைக் கொடுங்கள், ஒரு நாளைக்குச் சாப்பிடுவான், அவனுக்கு மீன் பிடிப்பதைச் சொல்லிக் கொடுங்கள், நாள்தோறும் அவன் சாப்பிடுவான்!

"நீங்கள், உங்களது பிள்ளைகளுக்கு இறுதியாக ஏதாவது சொத்துக்களை அளிப்பதாக இருந்தால், ரெண்டை மட்டும் அளித்திடவும். ஒன்று வேர்கள், மற்றொன்று சிறகுகள்" என்பது மேலை நாட்டுப் பழமொழியாகும்.

நமது குழந்தைகளுக்கு வசதிகள் அளிக்கக்கூடாதென நான் சொல்லமாட்டேன். ஆனால், நிறைந்த மற்றும் கனமான யோசனை களுக்குப் பின்னால் அவைகள் கொடுக்கப்பட வேண்டும் என்பதே எனது வாதமாகும். வெறுமனே இருந்து, கோடி பணம் ஈட்டிய மகனும் உண்டு;

கோடியைச் சாம்பலாக்கிய மகனும் இவ்வுலகில் உண்டுதானே!. எனவேதான், பெற்றோர்களாகிய நாம், நம்பிள்ளைகளுக்குத் தரமான நேரத்தையும் பணத்தையும் செலவு செய்ய வேண்டும்

தவறான பாதையில் மகனோ, அல்லது மகளோ செல்வதால் ஏற்படும் அவலநிலையில் (மனகஷ்டம்) திரண்ட சொத்து, ஈட்டிய வெற்றி, தங்கிய அதிர்ஷ்டம் ஆகியவற்றிலான சுகங்கள் அனைத்துமே வெளியேறி விடும்! இந்த நிலையைப் புகற்றவே பஞ்ச தந்திரக் கதைகள் உருவானது.

வாழ்வை நெறிமறையோடு நடத்திட வேண்டுமென்பதே அக்கதைகள் தெரிவு செய்யும் போதனைகளாகும். அவற்றின் ஆரம்பக் கதையே ஒரு மன்னரைப் பற்றியதாகும். அறிவும் செல்வமும் நிறைந்த அம்மன்னருக்கு மூன்று மகன்கள் இருந்தனர். தனது பிள்ளைகள் கல்வியில் பின்தங்கி இருப்பதைக் கண்டு மன்னர் மிகவும் கவலைப்பட்டார். தனக்குப் பின்னால் தனது நாட்டை ஆள்வதற்கான தகுதிகளைத் தன் பிள்ளைகளுக்குத் தக்க நேரத்தில் வழங்கியாக வேண்டுமெனக் கருதினார். அமைச்சரை அழைத்து விஷ்ணு சர்மாவை அழைத்துவர ஆணையிட்டார். பணத்தின்மீது பற்றில்லாத எண்பது வயதான சர்மாவும் இதற்கு ஒப்புக் கொண்டார், ஒரு நிபந்தனையோடு! அதாவது, காட்டிலுள்ள தனது ஆசிரமத்திற்கு அவர்கள் வந்தால் அவர்களுக்கு ஆறு மாதங்களுக்குள் தக்க கல்வியை போதித்து அனுப்புவதாகவும் தெரிவித்தார். அவ்வாறே அவர்களுக்கு நீதிக் கதைகள் மூலம் போதித்தார். அக்கதைகளின் தொகுப்புதான் “பஞ்ச சந்திர”மாகும். உலக ஞானத்தைக் கற்று அறிவதற்காக நமது செல்வங்களை வெளியே அனுப்ப நாம் தயாராக உள்ளோம். அவர்களை ரொம்பவே பாதுகாப்பு செய்வதாகக் கருதி, நாம் இந்த காரியங்களில் ஈடுபாடு கொள்ள நாம் தயாரில்லைதானே!. இதில் ஒருசில விதிவிலக்கு இருக்கலாம்.

ஞானக்கூற்று ஒன்று உண்டு. ஒரு நாட்டை நிர்வகிக்கலாம், நெய்வேலி நிலக்கரி சுரங்கத்தை, ஏன் சென்னை மாநகர போக்குவரத்துக் கழகத்தைக்கூட நிர்வகிக்கலாம். ஒரு மகனை நிர்வகிப்ப தென்பது அவ்வளவு சுலபமல்ல. குழந்தைகளை ஆளாக்குவதென்பது பெற்றோர்களுக்கான அறைகூவல் பணியாகும். அதற்கு நிரம்பக் கற்றாக

வேண்டும். முக்கியமாக, பொருள் சார்ந்தில்லாமல் குறிக்கோள் கொண்டதாக அவை அமைவது மிகவும் அவசியமாகும்.

ஒவ்வொரு பெற்றோரும் தங்கள் பிள்ளைகளை வளர்க்கும்போது திடமனதுடனும் உறுதியான கொள்கையோடும் இருந்தாகவேண்டும். கொஞ்சம் சுற்றி நோட்டமிடவும், சாலையில் செல்லும் பெரும்பாலான வாகனங்கள் யாவுமே தங்களது உருப்படாத பிள்ளைகளுக்கு நொந்துபோன பெற்றோர்களின் குற்ற உணர்வோடுகூடிய வழங்கல்தான் அவை. ஒருவகையில் கணித்துப் பார்த்தால் அது இடம் பெயர்ந்த அனுதாபம்தான்.

ஆராய்ச்சி தெரிவு செய்த உண்மையாதெனில், முதல் நூறு நாட்களின்போது குழந்தைகளை ஒழுங்குப்படுத்திக் கொள்ள முடியுமாம். இதுபோன்ற ஆய்வறிக்கைகள் நிரம்பவேயுள்ளன. ஆனால் நம்மில் பலரும் இது நம் குழந்தைகளுக்குப் பொருந்தாது என்றே நம்பி வருகின்றனர். காரணம் கேட்டால், அவர்கள் முற்றிலும் வேறுபட்டவர்கள் என்கின்றன.

உலகத்தின் பலமான நெருப்பையும் ஒரு கிண்ணத்து நீரால் அணைத்துவிடலாம். எப்போதெனில், அதனை ஆரம்பத்திலேயே கண்டறிந்துவிட்டால்! எச்சரிக்கையோடு நாம் சரியான தருணத்தில் திடமான நடவடிக்கையால் நமது பிள்ளை ஒரு துரியோதனாக உருமாறுவதைத் தடுத்தாட் கொள்ளலாம்.

> கடவுள் எல்லாவிடத்திற்கும் வருகை தருவதில்லை, எனவேதான் உங்களைப் படைத்தான்!

27. நீங்கள் ஒரு நல்ல சேவகரா?

எல்லோருமே உயர்ந்தவராகிட முடியும். ஏனென்றால் யாரேனும் ஒருவர் சேவை செய்திடுவார்.

> **"சேவைபுரிவதற்கு எந்தக் கல்லூரிப் பட்டமும் தேவையில்லை; நீங்கள் பிளாட்டோவையோ, அரிஸ்டாட்டிலையோ தெரிந்து வைத்திருக்க வேண்டியதில்லை. சேவைக்கு ஐன்ஸ்டீனின் கண்டுபிடிப்பு பற்றி படித்திருக்க வேண்டியதில்லை, உங்களுக்குத் தேவைப்டுவதெல்லாம் கருணை நிரம்பிய இதயம் மட்டுமே. அன்பினால் உருவாக்கப்படுவதே ஆத்மாவாகும்".**
>
> **– மார்ட்டின் லூதர் கிங்**

சில ஆண்டுகளுக்கு முன்னர், சிவகங்கையிலிருந்து சென்னைக்குக் காரில் நண்பர்களுடன் திரும்பிக் கொண்டிருந்தோம். மேல்மருவத்தூர் அருகே, இரு சக்கர வாகனம் ஒன்று லாரிமீது மோதி விபத்தில் சிக்கியிருந்ததைக் கண்டோம். வாகன ஓட்டி ரத்த வெள்ளத்தில் சிக்கி சாலையில், லேசான முணகளோடு கிடந்தார். வழக்கம்போல் கூட்டம் அங்கே சூழ்ந்திருந்தது.

ஒவ்வொருவரும் தங்கள் கற்பனைகேற்றவாறு விபத்து ஏற்பட்ட விதம் பற்றி விமர்சித்தபடி நின்றிருந்தார்களேயன்றி கொஞ்சம் தண்ணீர் கொண்டு வரக்கூடிய சூழல் அங்கில்லை. அப்போது நான் சுறுசுறுப்பானேன். எவ்வாறு உதவலாம் என ஒருசில நொடிகளையே செலவழித்தேன், அடிபட்டு அனாதையாகக் கிடந்த அவரை காரில் ஏற்றினோம். வாகனம் பறந்தது.

முதல் சிகிச்சைக்காக மதுராந்தகத்தில் நிறுத்தினோம். கேள்விகள் நிரம்ப இருந்தபோதிலும், தனியார் மருத்துவர் அவசர சிகிச்சை மேற்கொண்டார். விரைந்து சென்றால் உயிரைக் காப்பாற்றலாம் எனத்

தெரிவித்தார். வாகனம் இப்போது அசுரவேகத்தில் பறந்தது. செங்கல்பட்டு அரசு மருத்துவமனையை அடைந்தோம். தேவதைகள்போல் செவிலியர்கள் வந்தனர், அடிபட்டவரைத் தூக்கிக்கொண்டு மறைந்தனர். அங்கும் எனக்குள் பல கேள்விகள். தலைமை மருத்துவர், எங்களிடம் நடந்தவற்றை வினவினார். நான் எதிர்நோக்கிய கேள்விகள்தான். உறுதிமொழி கொடுத்தோம். பின்னர் நாங்கள் பார்த்துக் கொள்கிறோம் என எங்களை அனுப்பி வைத்தார்.

எப்படி? ஏன்? யார்? ஒருவேளை? போன்ற எனது அச்சங்கள் அகன்றன. நடந்தேறிய நிகழ்ச்சிகளினால் ஏற்படும் விளைவுகள் பற்றி நான் கொண்டிருந்த அச்சம் எவ்வளவு மடத்தனமானது என அறிந்து கொண்டேன். மருத்துவமனையில் இருந்தவாறே அவரது அலைபேசி மூலம் அவனது இருப்பிடம் அறிந்து என் நண்பர் ராசாவை அங்கு அனுப்பி வைத்தேன்.

குறுக்கீடுகளும் சோதனைகளும் உங்களைச் சோதிக்கும். உதவிடுங்கள். இதுபோன்ற விஷயங்களில். காவல்துறை மற்றும் நண்பர்களின் தொந்தரவுகளும் விமர்சனங்களும் ஏன் தடைகளும்கூட வரலாம். இருப்பினும் உதவி செய்யும் எண்ணத்திலிருந்து பின்வாங்க வேண்டாம். மோசமான சிந்தனையைவிட இவ்வுலகில் வேறு நரகமே கிடையாது. அந்தச் சமயத்தில் நான் மேற்கொண்ட காரியம் எனக்கு மனத் திருப்தியளித்தன. மற்றவர்களும் இது ஒரு நல்ல காரியம் என்றே பாராட்டியிருந்தனர்.

மற்றவர்களின் துன்பங்களை, துயரங்களை செவிமடுப்பதுடன், உரிய ஆதரவையும் உதவியையும் அளிப்பதற்கான வாய்ப்பாகவும்

> சேவை என்பது
> இவ்வுலகில் வாழ்வதற்கான
> உரிமைக்காக
> நாம் செலுத்தும்
> வாடகைதான்.

தெம்பையும் அருளிய இறைவனுக்கு நான் நன்றிக் கடன்பட்டுள்ளேன். அரசியலில், அலுவலகப் பணியில், பணியாளர் அமைப்புகளில் பல நூறு அன்பர்களுக்கு உதவிபுரிந்தும், வழிகாட்டி வருவதற்கான சந்தர்ப்பத்தை நாளும் அருள்பாலித்து வரும் அண்ணாமலையாரை எனது பிரார்த்தனையில், ஏன் ஒவ்வொரு செயல்பாட்டிலும் நன்றிகளைச் சமர்ப்பிப்பதை ஒரு கடமையாகவே ஏற்றுள்ளேன்.

இதுவும் சுயநலந்தான். பிறருக்கு உதவிடும் வகையில் எனக்கு நானே உதவியினைச் செய்து வருகிறேன். ஆகாரத்திற்காக அழுக்கைச் சாப்பிட்டு தடாகத்தைச் சுத்தப்படுத்தும் மீன் போல், இதுவும் ஒரு பொதுநலம்தான். ஆனால் அதிலே ஒரு சுயநலமும்கூட. ஏதாவதொரு வகையில், எவருக்காவாவது எப்பொழுதாவது உதவி செய்யும்போதெல்லாம் எனது சுயத்தன்மையை, சுய கௌரவத்தை, சுயமதிப்பீட்டை உயர்த்திக் கொள்கிறேன். பெயர் குறிப்பிடாத அறிஞர் ஒருவர் சொன்னது – "பிறர் நாடி நிற்பதை நீங்கள் அளிக்கும்பட்சத்தில் உங்கள் வாழ்வில் நீங்கள் நாடியது தானே வாய்க்கப்பெறும்"

> நீங்கள் ஒரு தைரியசாலி என்றால்
> உங்கள் இதயத்திடம் கேளுங்கள்
> நீங்கள் ஒரு கோழையென்றால்
> தலையிடம் கேளுங்கள்!

28. குழந்தைபோல் இருங்கள் – ஆனால் குழந்தைத்தனமாக இருக்க வேண்டாம்!

எப்போதெல்லாம் மன அழுத்தம் கவ்வுகிறதோ அப்போதெல்லாம் குரலை உயர்த்திடவும், உரக்க கத்தவும்.

இதனை எனது செல்லப் பேத்தி ஐஸ்வர்யா தரணியிடமிருந்து கற்றுக்கொண்டேன். பல ஆண்டுகளுக்கு முன்னர் தனது பிறந்த நாளை சென்னையில் கொண்டாடுவதற்காக அவளது தாயார் (ஜெயலட்சுமி, தந்தை (அருள்) ஆகியோர்களுடன் பெங்களூரில் இருந்து வந்திருந்தாள். சொல்லப்போனால் எங்கள் சந்தோசத்திற்காகவே நாங்கள் கொண்டாடினோம். அந்தப் பருவத்தில் அவள் என்ன நடக்கிறது என்பதை அறிந்திருந்தாளா என்பதுகூட எங்களுக்குத் தெரியாது, ஆனால், ஒன்று மட்டும் நிச்சயம். அந்த நாளைய கூத்தில் அவள் 90 விழுக்காடு மகிழ்ச்சியாகவே காணப்பட்டாள்.

எப்போதெல்லாம் அவள் யாரையாவது பிடிக்காமல் போனால், அவளது அப்பா அம்மாவையும் சேர்ததே, தாத்தா–பாட்டி வசம் அடக்கமாவதற்குப் போராடுவாள். தனது இச்செய்கை தனது பெற்றோர்களை வருத்துமே என்பதைப் பற்றிகூட அவள் கவலை கொள்வதும் இல்லை. அந்த தருணம், அவள் மகிழ்ச்சியே கொள்வாள். விளையாடுவதிலும் தனக்கு வேண்டியது கிடைப்பதிலுமே அவள் பெரிதும் ஆர்வம் காட்டுவாள். தான் கோரியது கிடைக்காது போனால், அழு வதிலும் உரத்த குரலில் சப்தம் போடுவதிலும் ஈடுபாடுகொள்வாள். தான் வேண்டிய பொருள் கிடைக்கும்வரை, இந்த அழகுரலும் இரைச்சலும் ஓயாது. அவள், ஒரு மாதம் எங்களுடனே இருந்தாள், சிரித்தாள், விளையாடி னாள், மற்றும் கவர்ச்சிகரமான பொருளின் மீது ஆர்வம் காட்டி மகிழ்வாள்.

எதனை விரும்பினாலோ அதனைச் சாப்பிட்டாள், குடித்தாள். உறங்கினாள், பச்சைக் குழந்தை செய்வதுபோல விளையாடுவதில்லை, அவளது பொம்மைகளுடன்.... பழைய சாவிக் கொத்துக்களுடன்

விளையாடி, சந்தோஷத்தில் கத்தியும், சின்ன அலமாரிகளைத் திறந்து பொருட்களை எடுத்து விளையாடியபின் மூடுவதும். இதில் என்ன வேடிக்கையென்றால், விலையுயர்ந்த பொருட்களையோ, மின்னனு சாதனங்களையோ அவள் நாடுவதேயில்லை.

எனது பேத்தி தரணி செய்ததை நான் நியாயப்படுத்தவில்லை; அதனை முழுமையாக ஒப்புக் கொள்ளவும் இல்லை. ஆனால், ஒன்றை நாம் கற்றுக் கொள்ளலாம். அதாவது உரத்த குரலில் சத்தமிடுவதை எதையுமே ஒருவர் விரும்பாதபோதும் அல்லது ரொம்பவே விரும்பியது நடந்தபோதும், குரலை உயர்த்துவது நல்லதுதானே. இன்னும் சொல்லப்போனால், நாம் எதை விரும்பினோமோ – தரணிபோல், மகிழ்ச்சி பொங்க அலறுவதைவிட கொஞ்சம் சாதுர்யமாக வெளிப்படுத்துதல் நலம் பயக்கும் செயல்தானே! தவிர, அது நமக்கான மன அழுத்தத்தைக் குறைக்கச் செய்துவிடும். பெரியோர்களாகிய நாம் மரபு மற்றும் ஒழுங்கு முறைகளிலும், ரொம்ப நம்பிக்கைக் கொண்டிருப்பதால், பிறரது உணர்வுகளை மதியாமல் கொச்சைப்படுத்த அஞ்சியே நிற்போம். எல்லை மீறிப் போனால்தான் அந்த நினைப்புவரும்.

எப்போதெல்லாம் மன அழுத்தத்தில் சிக்கி இருக்கிறீர்களோ அப்போதே கூச்சலிடவும், உரக்கக் கத்திடவும். குழந்தைகள் அப்படித்தான் செய்யும். வணிகத்தில் வெகு இயல்பாகவே இதனைக் கண்ணுறலாம். பலருக்கு மத்தியில் அவசரகதியில் வந்த வாடிக்கையாளர், உரக்கக் கத்தியே தான்வந்த காரியத்தை நிறைவேற்றி விடுவார். கூச்சலிடுமுன், வீட்டு வேலைகளை சரியாகச் செய்துவிடவும். பின்னர் அதன் விளைவுகள், பற்றியும் நன்றாக யோசிக்கவும்.

நீங்கள் சரியாக இருந்த பின்னரே கூச்சலிடவும்.

போதை மருந்துகள் பற்றிய ஒரு நல்ல விளம்பரம் ஒன்றைப் பார்த்தேன். அதனை இப்போது உங்களிடம் பங்கிட்டுக் கொள்ளப் போகிறேன். இந்த விளம்பரம் நல்ல செய்தியை எனக்குத் தருவித்தது. நம்மைச் சுத்தப்படுத்தாத நிலையில் பெற்றோர்களாகிய நாமே கத்துவதில்

அர்த்தமேயில்லை. இல்லையெனில், நம்மை நாமே எப்படி ஒப்புக்கொள்வது? இதன் எதிரொலியாக ஒரு கதையை உங்களிடம் பகிர்ந்து கொள்வது இங்கே சரியாக இருக்கும் என்றே கருதுகிறேன்.

ஒரு தாயார், தனது மகன் எந்த நேரத்திலும் இனிப்புப் பண்டங்களையே சாப்பிடுவதைக் கண்டு ரொம்பவே மனஅழுத்தத்தில் மாட்டிக் கொண்டாள். அவனுக்கு இதன் மோசமான விளைவுகளை எடுத்துச் சொல்லிய பின்னரும், அவன் இனிப்பைக் கைவிடுவதாக இல்லை. பலரிடம் சொல்லி அறிவுரை வழங்க வேண்டினாள். அவர்களும் எடுத்துரைத்தனர். விளைவு எந்தப் பலனும் கிட்டவில்லை. அவ்வூருக்கு வந்த பெரியவர் ஒருவரின் ஆலோசனைப்படி, தாயார் பக்கத்திலுள்ள ஒரு ஆசிரமத்திலுள்ள குருஜியைப் பார்க்கச் சென்றாள். குருஜியைச் சந்தித்து, விவரங்களைத் தெரிவித்தாள்.

பொறுமையாகக் கேட்ட குருஜி, ஒரு மாதம் கடந்த பின்னர் அவர்களை திரும்ப வரச் சொன்னார். ஒரு மாதம் காத்திருப்பிற்குப்பின் தன் மகனை அழைத்துக் கொண்டு தாயார் குருஜியிடம் சென்றார். இம்முறை அனைத்தையும் கேட்ட பின்னர், 15 நாட்கள் கடந்த பின்பு வரச் சொன்னார். காலக்கெடு முடிவுற்றதும், சுவாமியைப் பார்த்தனர். இம்முறை அவர் பத்து நாட்கள் போன பின்பு திரும்பச் சொன்னார். அந்தப் பதினோராம் நாளில் சுவாமியைச் சந்தித்த தாய், பலமுறை வந்து விட்டோம், குரு மந்திரத்தைச் ஜெபியுங்கள் சுவாமி என வேண்டினார் தாயார்.

இப்போது பையனை பார்த்து, "தம்பி, இனி முதல் இனிப்பைச் சாப்பிடாதே" என்றார். கோபத்தை அடக்கிக் கொண்டு, சுவாமி இதைத்தானே நானும் எங்கள் மக்களும் வற்புறுத்திச் சொன்னோம், எங்களை மிண்டும் மீண்டும் வரச் சொல்லியபோது ஏதோ மந்திரத்திற்குத் தயாராகிறீர்களோ என நினைத்தே வந்தேன், இதைச் சொல்வதாக இருந்தால் முதல் வருகையிலேயே சொல்லியிருக்கலாமே" என்றாள் தாய்., "அம்மா! சொல்லியிருக்கலாம், ஆனால் உன் மகனைவிட ரொம்பவே நான் இனிப்பைத் தின்றவன். அந்த நிலையில் இனிப்பைத்

தொடாதே என உன் மகனுக்கு அறிவுரை வழங்க எனக்கு எந்தத் தகுதியுமே இல்லை என்றே கருதினேன். கடந்த 45 நாட்களாகவே இனிப்பை அறவே துறந்ததோடு நான் இப்போது சுத்தமாகிவிட்டேன். எனக்கான தகுதியும் வந்துவிட்டது, உரக்க கத்தலாம்" என்றார் குருஜி. எனவே, போதை விளம்பரத்தில் அர்த்தம் பொதிந்துள்ளதை அறிந்து கொண்டோம். அதுதான் வாழ்க்கை. முன்னெச்சரிக்கை என்பது முன்கூட்டிய கவசம் / ஆயுதம் தாங்கியதற்கு ஒப்பாகும். போதை மருந்துகளைப் பொருத்த மட்டில், எவரையுமே மனச் சஞ்சலத்தில் மற்றும் மன அழுத்தத்தில் சிக்கச் செய்வதாகும். எனது நெருங்கிய துறை நண்பர் லியாகத் அலி போதைக்கு அடிமையானதால் அவரது குடும்ப உறுப்பினர்களை மட்டுமல்ல எங்களையும் வருத்தியதோடு மன அழுத்தம் கொள்ளச் செய்துவிட்டது. அவரைப் போன்ற நிரம்ப நண்பர்களும் உண்டு. வாழ்வில் சரிவையே சந்தித்து வருகின்றனர். பல ஆண்டுகளுக்கு முன்னரே இவர்கள் குடும்பத்தினர், உரக்கக் கூச்சலிட்டிருந்தால், ஒருவேளை நிலைமை சீராக இருந்திருக்குமோ? என்றுதான் நினைக்கத் தோன்று கிறது. எனினும் இப்போது காலம் கடந்துவிட்டது. இராவணன் சபையில் அங்கதன் காக்க வைத்துக் கூச்சலிட்டதுபோன்று, இதுபோன்ற இனங் களில் கூச்சலும் உரக்க இருக்கவேண்டும். அதுவும் அடிக்கடி நிகழவும் வேண்டும்.

உங்கள் நாசியை சுத்தம் செய்யாமல், உங்கள் குழந்தையின் நாசி சுத்தமாக இருக்கவேண்டுமென எப்படி எதிர்பார்க் கிறீர்கள்? உங்கள் மகன் திடகாத்திரமாக, உங்கள் மகன் பிறிதொரு பாதையில் செல்வதற்கான மன வலிமையும், பக்குவமும் இருக்க நீங்கள் விரும்பினால், பிரசங்கம் செய்வதைவிட அமுல்படுத்திப் பார்க்கவும். ஏனென்றால், உங்களை நீங்களே கட்டுப்படுத்த இயலாது போனால், உங்கள் குழந்தைகளையும் உங்களால் கட்டுப்படுத்தவே முடியாது.

பெற்றோர்கள் நிறுத்திவிட்டால், பிள்ளைகள் செய்யமாட்டார்கள்.